உயில்

எளிய வழிகாட்டி

ஆர்.முகுந்தன்

Copyright © Mugundhan R
All Rights Reserved.

This book has been self-published with all reasonable efforts taken to make the material error-free by the author. No part of this book shall be used, reproduced in any manner whatsoever without written permission from the author, except in the case of brief quotations embodied in critical articles and reviews.

The Author of this book is solely responsible and liable for its content including but not limited to the views, representations, descriptions, statements, information, opinions and references ["Content"]. The Content of this book shall not constitute or be construed or deemed to reflect the opinion or expression of the Publisher or Editor. Neither the Publisher nor Editor endorse or approve the Content of this book or guarantee the reliability, accuracy or completeness of the Content published herein and do not make any representations or warranties of any kind, express or implied, including but not limited to the implied warranties of merchantability, fitness for a particular purpose. The Publisher and Editor shall not be liable whatsoever for any errors, omissions, whether such errors or omissions result from negligence, accident, or any other cause or claims for loss or damages of any kind, including without limitation, indirect or consequential loss or damage arising out of use, inability to use, or about the reliability, accuracy or sufficiency of the information contained in this book.

Made with ❤ on the Notion Press Platform
www.notionpress.com

சமர்ப்பணம்

என்னுடைய தந்தையார்
தெய்வத்திரு.S.இராமச்சந்திரன்,
தலைமையாசிரியர் (பணி நிறைவு)
அவர்களுக்கு இந்நூல் சமர்ப்பணம்.

೭

பொருளடக்கம்

முன்னுரை

25.01.2023

வணக்கம் நண்பர்களே,

கடந்த இரண்டு ஆண்டுகளாக Sattam Online என்ற Youtube Channel மூலம் நமது இந்திய நாட்டின் சட்டங்களையும் முக்கிய நீதிமன்றத் தீர்ப்புகளையும் எளிய முறையில் விளக்க முயற்சி செய்து வருகிறேன். அதில் உயில் சம்மந்தப்பட்ட பல காணொளிகளைக் கொடுத்துள்ளேன். அதற்கு பார்வையாளர்களிடம் கிடைத்த வரவேற்பு இந்தப் புத்தகத்தை எழுத என்னைத் தூண்டியது.

வாழ்க்கைப் பயணத்தில் நாம் சம்பாதிக்கும் சொத்துக்களை நமக்கு பிறகு யார் எப்படி அனுபவிக்க வேண்டும் என்று நாம் எழுதி வைக்கும் விருப்ப ஆவணமே உயில் என்று சொல்லப்படுகிறது. இந்திய வாரிசுரிமைச் சட்டப்படி, உயில் சம்மந்தமான முக்கியமான விஷயங்கள் அனைத்தையும் அனைவரும் புரிந்து கொள்ளும்படி எளிமையாக இந்தப் புத்தகத்தில் கொடுத்துள்ளேன். மாதிரிப் படிவங்களையும் இணைத்துள்ளேன்.

உயில் எழுத முடிவு செய்தவுடன் வழக்கறிஞரை சந்தித்து சட்ட ஆலோசனை பெற்று உயில் எழுதுவது சிறந்தது என்றாலும் ஒவ்வொருவரும் உயில் சம்பந்தப்பட்ட அடிப்படை விஷயங்களைத் தெரிந்து வைத்திருக்க வேண்டும் என்ற நோக்கத்திலும் ஒரு அவசரம் ஏற்படும் போது நாமே நம்முடைய உயிலைத் தயாரித்துக் கொள்வது எப்படி என்று தெரிந்து கொள்வதற்காகவும் இந்தப் புத்தகத்தை எழுதி உள்ளேன். படித்துப் பயன்பெறுமாறு கேட்டுக் கொள்கிறேன்.

நன்றி, வணக்கம்.

R.முகுந்தன்
வழக்கறிஞர்
புதுச்சேரி

முக்கிய அறிவிப்பு

உயில் பற்றி அனைவரும் தெரிந்து கொள்வதற்காக பொது-
வான தகவல்கள் இந்தப் புத்தகத்தில் சொல்லப்பட்டுள்ளன.
வழக்கறிஞரிடம் பெறும் ஆலோசனைக்கு இது மாற்று
அல்ல. இங்கு கொடுக்கப்படும் தகவல்கள் மிகுந்த கவனத்-
துடன் தொகுக்கப்பட்டுள்ளன. அதையும் மீறி ஏதேனும்
கருத்துப் பிழை, அச்சுப் பிழை அல்லது விடுபடுதல் போன்-
றவை இருந்தால் அதனால் ஏற்படும் இழப்பிற்கு நூலாசி-
ரியரோ, வெளியீட்டாளர்களோ விற்பனையாளர்களோ எந்த
வகையிலும் பொறுப்பல்ல என்பது இதன் மூலம் தெரிவித்துக்
கொள்ளப்படுகிறது.

நன்றி

இந்தப் புத்தகத்தை எழுத ஊக்குவித்து உறுதுணையாக இருந்த என் மனைவி திருமதி. ரமா (எ) தமிழ்மலர் முகுந்தன் அவர்களுக்கு நன்றி!

1

உயில் ஒரு அறிமுகம்

ஒரு மனிதன் இறந்த பிறகும் வாழ்வதென்பது உயில் மூலம் என்று சொல்லலாம். மனிதன் தவிர வேறு எந்த உயிரினத்துக்கும் தன் இறப்-புக்கு பிறகு என்ன நடக்கும் என்ற சிந்தனையும் கிடையாது. அதற்கு ஒரு ஏற்பாடு செய்து வைக்க வேண்டும் என்ற எண்ணமும் இருக்காது. இது மனிதனுக்கு மட்டுமே உள்ள தனிப்பட்ட குணாதிசயம் ஆகும்.

" போகும்போது என்ன எடுத்துக்கொண்டு போகப் போகிறோம்" என்று தத்துவரீதியாக நாம் எவ்வளவு பேசினாலும் நம்மில் பலருக்கும் நம்முடைய மரணத்திற்குப் பிறகு என்ன நடக்கும் என்ற சிந்தனையும், இப்படி நடந்தால் நன்றாக இருக்கும் என்ற ஆசையும் இருப்பதை மறுக்க முடியாது. குறிப்பாக சொத்துக்கள் உள்ளவர்களுக்கு இந்த எண்-ணம் அதிகம் இருக்கும். சொத்து என்று சொன்னால் ஏக்கர் கணக்கில் நிலம் அல்லது பங்களா வீடு என்பது மட்டுமல்ல. ஒரு சென்ட் நிலமாக இருந்தாலும் குடிசை வீடாக இருந்தாலும் அவர் அவருடைய சொத்-துக்கள் அவர் அவருக்கு பெரியது. முக்கியமானது.

தன்னுடைய மறைவுக்குப் பிறகு தன்னுடைய அசையும் மற்றும் அசையாச் சொத்துக்களை யார் யார் அடைய வேண்டும், எப்படி அடைய வேண்டும் என்பதை விவரித்து எழுதப்படும் ஓர் ஆவணமே உயில் என்று சொல்லப்படும். இதை விருப்ப ஆவணம் என்று சொல்ல-

லாம். ஆங்கிலத்தில் WILL என்றும் TESTAMENT என்றும் சொல்-வார்கள்.

நமது நாட்டில் உயில் பற்றி இந்திய வாரிசுரிமைச் சட்டம் 1925-இல் விரிவாக சொல்லப்பட்டுள்ளது. இந்தச் சட்டத்தில் உயில் பற்றிக் கூறப்-பட்டுள்ள விஷயங்கள் இஸ்லாமியர்கள் தவிர மற்ற அனைவருக்கும் பொருந்தும். இஸ்லாமியர்கள் அவர்களுடைய மதத்தின் சட்டத்தின்படி உயில் எழுதலாம். இந்திய வாரிசுரிமைச் சட்டத்தில் Executor அதா-வது உயில் நிறைவேற்றாளரின் அதிகாரங்கள் மற்றும் கடமைகள் பற்றிக் கூறப்பட்டுள்ள பகுதிகள் மட்டும் முஸ்லிம்களுக்கும் பொருந்தும்.

இந்தப் புத்தகத்தில் நாம் முக்கியமாக பார்க்க இருப்பது இந்திய வாரிசுரிமைச் சட்டத்தின் அடிப்படையில் எழுதப்படும் உயில்களைப் பற்-றித்தான். இஸ்லாமியர் உயில் பற்றியும் தனியாக ஒரு அத்தியாயம் இந்-தப் புத்தகத்தில் கொடுக்கப்பட்டுள்ளது.

இந்திய வாரிசுரிமைச் சட்டத்தின் பிரிவு Section 2 (h)-ன் படி உயில் என்பது அதை எழுதி வைப்பவரின் இறப்பிற்கு பிறகு அவரு-டைய சொத்துக்கள் பற்றிய அவருடைய விருப்பத்தை சட்டப் பூர்வ-மாக அறிவிக்கும் ஓர் ஆவணம். உயில் எழுதுபவருக்கு ஆங்கிலத்தில் TESTATOR என்று பெயர்.

யார் உயில் எழுதலாம், எந்தச் சொத்துக்களைப் பொறுத்து உயில் எழுதலாம், எப்படி எழுத வேண்டும் என்பதைப்பற்றி எல்லாம் இந்த இந்-திய வாரிசுரிமைச் சட்டத்தில் விளக்கமாக சொல்லப்பட்டுள்ளது. அவை அனைத்தையும் வரும் அத்தியாயங்களில் பார்க்கலாம்.

ஒரு முக்கிய குறிப்பு: உயில் எழுதுவது என்று இங்கு குறிப்பிடுவது கையால் எழுதுவதை மட்டுமல்ல என்பதை நாம் புரிந்து கொள்ள வேண்டும். சட்டத் தமிழ் சொல்லாடலில், ஒரு ஆவணத்தை எழுதுவது என்று சொன்னால் கையால் எழுதுவது, தட்டச்சு செய்வது, கணினி மூலம் தயாரித்து அச்சடிப்பது அனைத்தும் அடங்கும். ஒரு ஆவணம் மேற்சொன்ன எந்த முறையில் வேண்டுமானாலும் தயாரிக்கப்பட்டு அதில் சம்பந்தப்பட்டவர்கள் கையொப்பமிட்டு முடித்தவுடன் அது முழுமை அடைகிறது. இதைத் தான் நாம் ஒரு ஆவணத்தை எழுதுவது என்று குறிப்பிடுகின்றோம். இந்தப் புரிதலோடு மேற்கொண்டு படிக்கும்படி கேட்-டுக்கொள்கிறேன்.

2

உயிலின் முக்கிய அம்சங்கள்

———— ഌ ————

உயில் பற்றி விபரமாகப் பார்ப்பதற்கு முன் உயிலின் முக்கிய அம்சங்க-ளைப் பற்றித் தெரிந்து கொள்ளலாம் :

- உயில் என்பது அதை எழுதி வைப்பவரின் எண்ணத்தை சட்டப்படி அறிவிக்கும் ஒரு ஆவணம்.
- அந்த அறிவிப்பானது உயில் எழுதி வைப்பவரின் சொத்து குறித்ததாக இருக்க வேண்டும்.
- உயில் என்பது அதை எழுதி வைப்பவரின் ஆயுட்காலத்திற்குப் பிறகே நடைமுறைக்கு வரும்.
- உயில் எழுதி வைப்பவர் தன் வாழ்நாளில் அந்த உயிலை ரத்து செய்யலாம். திருத்தங்கள் அல்லது மாற்றங்களும் செய்யலாம்.
- எழுதிய உயிலுக்கு விளக்கங்கள் கொடுத்து அல்லது உயிலில் திருத்தங்கள், மாற்றங்கள் போன்றவை செய்து எழுதப்படும் ஆவணத்திற்கு உயிலிணைப்பு (Codicil) என்று பெயர்.
- ஒருவர் எத்தனை உயில் எழுதினாலும் ஒரு சொத்தைப் பொறுத்து அவர் கடைசியாக எழுதிய உயில்தான் செல்லுபடியாகும்.
- உயிலை எழுதி வைப்பவர் அனைத்துப் பக்கங்களிலும் கையொப்பமிடுதல் வேண்டும். உயிலின் இறுதியிலும் கையொப்பமிடுதல் வேண்டும். எழுதப்படிக்கத் தெரியாதவராக

இருந்தாலும், வயோதிகம் அல்லது நோய்வாய்ப்பட்டு கையொப்பமிட முடியாமல் இருந்தாலும் கைரேகை பதிவு செய்யலாம்.

- உயிலில் இரண்டு சாட்சிகள் கட்டாயம் கையொப்பமிட வேண்டும்.
- உயிலுக்கு Stamp Duty எனப்படும் முத்திரைத்தாள் கட்டணம் கிடையாது. பத்திரப்பதிவு செய்ய வேண்டும் என்ற கட்டாயமும் கிடையாது.
- எந்த ஊரில் இருக்கும் சொத்துக்களைக் குறித்தும் உயில் எழுதலாம்.

இதைப் பற்றியெல்லாம் விரிவாக இனி வரும் அத்தியாயங்களில் காணலாம்.

3

யார் உயில் எழுதலாம்?

இந்திய வாரிசுரிமைச் சட்டம் பிரிவு 59 ன் படி 18 வயது நிரம்பிய தெளிவான மனநிலையில் உள்ள எந்தவொரு நபரும் உயில் எழுதலாம். உயில் எழுதி வைக்கும் நபருக்கு ஆங்கிலத்தில் Testator என்று பெயர்.

வாய் பேச முடியாதவர்கள், காது கேளாதவர்கள் மற்றும் பார்வை இல்லாதவர்களும் அவர்கள் என்ன செய்கிறார்கள் என்பதை தெரிந்து கொள்ளக்கூடிய மனநிலையில் இருந்தால் உயில் எழுதலாம். அவ்வப்போது மனநிலை சரியில்லாமல் போய் மீண்டு வருபவர்கள், அவர்கள் தெளிவாக இருக்கும் போது உயில் எழுதலாம். எந்த ஒரு மனிதனும் போதையில் இருக்கும்போது அல்லது தான் என்ன செய்கிறோம் என்பது தெரியாத நிலையில் இருக்கும் போது உயில் எழுத முடியாது.

உயில் எழுதுபவர் அதை எழுதும்போது நல்ல மனநிலையில் இருக்க வேண்டும். உடல் நிலை குன்றி இருந்தாலும் பிரச்சனை இல்லை. மனநிலை தான் மிகவும் முக்கியம்.

எந்தச் சொத்துக்களைப் பொறுத்து உயில் எழுத முடியும் என்பதைப் பற்றியும் யாருக்கு உயில் எழுத முடியும் என்பது பற்றியும் அடுத்த அத்தியாயத்தில் பார்க்கலாம்.

4

எந்தச் சொத்தை உயில் எழுதலாம்? யாருக்கு எழுதலாம்?

ஒரு நபர் தனக்குச் சொந்தமான அசையும் அசையாச் சொத்துக்கள் அனைத்துக்கும் உயில் எழுதலாம். அசையாச் சொத்து என்று சொல்லும்போது வீடு, மனை, நிலம் போன்றவை அனைத்தும் அதில் அடங்கும். அசையும் சொத்து பட்டியலுக்கு எல்லையே இல்லை. பணம், நகை, வங்கிக் கணக்கு, பங்குச் சந்தை முதலீடுகள், அறிவுசார் உரிமை போன்ற அனைத்துக்கும் உயில் எழுதலாம். ஒரே ஒரு நிபந்தனை. உயில் எழுதுபவருக்கு அந்தச் சொத்து சொந்தமாக இருக்க வேண்டும். அப்போதுதான் அந்த உயில் செல்லுபடியாகும். உரிமை இல்லாத சொத்தில் உயில் எழுதினால் அது செல்லாது.

உயில் மூலம் சொத்துக்களை அடைபவர் அந்த உயிலின் Legatee அல்லது Beneficiary என்று செல்லப்படுகிறார். ஒரு சொத்தின் உரிமையாளர் தாராளமாக அவர் விருப்பப்படும் நபருக்கு உயில் எழுதலாம். தனி நபருக்கு மட்டுமல்லாமல் எந்த ஒரு நிறுவனம் அல்லது அறக்கட்டளைக்குக் கூட அனுகூலமாக உயில் எழுதி வைக்கலாம்.

இந்துத் தத்தெடுப்பு மற்றும் ஜீவனாம்ச சட்டம் 1956, பிரிவு 22-ன் படி (Hindu Adoptions and Maintenance Act ,1956, Section

22) இறந்தவருடைய சொத்தில் இருந்து அவரை சார்ந்துள்ளவர்கள் (Dependants) ஜீவனாம்சம் பெற தகுதி உடையவர்கள். எனவே உயில் மூலம் சொத்தை அடைபவர்கள் அந்த Dependants-ன் ஜீவனாம்சத்திற்கு வழி வகை செய்ய வேண்டும். இந்துத் தத்தெடுப்பு மற்றும் ஜீவனாம்ச சட்டம் 1956, பிரிவு 21-ன் படி தந்தை, தாய், மனைவி (மறுமணம் செய்யும் வரை), மைனர் மகன், முன்பே இறந்த மகனின் மைனர் மகன், திருமணமாகாத மகள், முன்பே இறந்த மகனின் திருமணமாகாத மகள், கணவனை இழந்த மகள் (வேறு வகையில் ஜீவனாம்சம் கிடைக்கவில்லை என்றால்), இறந்து போன மகனின் மனைவி(மறுமணம் செய்யும் வரை வேறு வகையில் ஜீவனாம்சம் கிடைக்கவில்லை என்றால்), மகனின் முன்பே இறந்து போன மகனின் மனைவி(மறுமணம் செய்யும் வரை வேறு வகையில் ஜீவனாம்சம் கிடைக்கவில்லை என்றால்), சட்டப்படியான திருமணத்தில் பிறக்காத மைனர் மகன், சட்டப்படியான திருமணத்தில் பிறக்காத திருமணமாகாத மகள் ஆகியோர் சார்ந்தவராக (Dependants) ஆகக் கருதப்படுவார்கள். மேலும் விபரங்களுக்கு இந்துத் தத்தெடுப்பு மற்றும் ஜீவனாம்ச சட்டத்தை பார்க்கவும். இந்தச் சட்டம் இந்துக்கள், பெளத்தர்கள், ஜைனர்கள், சீக்கியர்கள் ஆகியோருக்கு மட்டுமே பொருந்தும்.

இதைப் புரிந்து கொள்ள உச்சநீதிமன்றத்தின் ஒரு வழக்குத் தீர்ப்பை பார்ப்போம். SHEWANTABAI v. ARUN, SUPREME COURT OF INDIA Judgement dt. 28.05.2019 in CIVIL APPEAL No. 412 of 2016 என்ற வழக்கில் மாண்புமிகு இந்திய உச்சநீதிமன்றம் "உயில் எழுதி வைத்தவர் அண்டை வீட்டு நபருக்கு சொத்தை எழுதி வைத்ததாலேயே உயிலின் உண்மைத் தன்மையை சந்தேகப்பட முடியாது" என்று கூறியுள்ளது. இந்த வழக்கில் விவசாய நிலத்தையும் வீட்டையும் மனைவியைத் தவிர்த்து விட்டு அண்டை வீட்டு நபருக்கு அனுகூலமாக உயில் எழுதியவர் எழுதி வைத்து விட்டார். உயில் எழுதியவரின் மனைவி மிகவும் வயதானவர். தன்னைத் தானே பராமரித்துக் கொள்ள இயலாத நிலையில் இருந்தார். எனவே உயில் மூலம் சொத்துக்களை அடைந்தவர் விவசாய நிலத்திலிருந்து கிடைக்கும் வருவாயைக் கொண்டு உயில் எழுதியவரின் மனைவிக்கு அந்த பெண்மணியின் வாழ்நாள் வரை ஜீவனாம்சமாக ஒவ்வொரு மாதமும் ரூபாய்.7500/- வழங்க வேண்டும் என்று நீதிமன்றம் உத்தரவிட்டது.

ஒருவேளை ஒரு நபர் உயில் எதுவும் எழுதி வைக்காமல் இறந்து-
விட்டால் அவருடைய சொத்துக்கள் அவர் சார்ந்துள்ள மதத்தின் வாரி-
சுரிமைச் சட்டப்படி அவருடைய வாரிசுகளை சென்று அடையும்.

5

Executor உயில் நிறைவேற்றாளர்

உயில் எழுதுபவர் தன்னுடைய மறைவுக்குப் பிறகு அந்த உயிலை நிறைவேற்றுவதற்கு ஒரு நிறைவேற்றாளரை நியமிக்கலாம். அவருக்கு Executor என்று ஆங்கிலத்தில் பெயர்.

இந்திய வாரிசுரிமைச் சட்டம் பிரிவு 2(c)-ல் Executor என்பதன் பொருள் விளக்கம் அளிக்கப்பட்டுள்ளது. மேலும் பிரிவு 305 முதல் 315 வரை Executor -ன் உரிமைகளும் பிரிவு 316 முதல் 331 வரை Executor -ன் கடமைகளும் சொல்லப்பட்டுள்ளன.

உயிலுக்கு Executor நியமிப்பது கட்டாயமில்லை என்றாலும் பிற்-காலத்தில் அந்த உயிலுக்கு Probate என்று சொல்லப்படும் உயில் மெய்ப்பிதழ் பெற வேண்டிய தேவை ஏற்பட்டால் Executor இருக்க வேண்டும். இல்லாவிட்டால் Probate க்கு பதில் Letters of Administration கேட்டுத்தான் விண்ணப்பிக்க முடியும். Probate மற்-றும் Letters of Administration பற்றி பின்னர் விபரமாக பார்க்க-லாம்.

உயில் மூலம் சொத்தை அடைபவரையே Executor -ஆக நிய-மிக்கலாம். அதற்கு எந்தத் தடையும் இல்லை. ஒன்றுக்கு மேற்பட்ட நபர்களையும் Executor -ஆக நியமிக்கலாம். Executor அந்தப் பொறுப்பை ஏற்றுக் கொள்ள வேண்டும் என்ற கட்டாயம் கிடையாது. அதனால் ஒருவரை உயில் நிறைவேற்றாளராக நியமிப்பதற்கு முன்

அவருடைய சம்மதத்தைப் பெறுவது நல்லது. உயில் எழுதுபவர் தன் முழு நம்பிக்கைக்கு உரியவரை Executor ஆக நியமிக்க வேண்டும்.

உயில் எழுதி வைப்பவர் இறப்பதற்கு முன்பே Executor இறந்து விட்டால் அல்லது மனம் மாறி Executor ஆக செயல்பட விருப்பம் இல்லை என்று தெரிவித்து விட்டால் வேறு Executor ஐ Codicil என்று சொல்லப்படும் உயில் இணைப்பு மூலம் நியமிக்கலாம். Codicil பற்றியும் வேறு ஒரு அத்தியாயத்தில் விரிவாக பார்க்கலாம்.

6

உயில் எழுதும் முறை

இந்திய வாரிசுரிமைச் சட்டம் பிரிவு 63-ன் படி உயில் எழுதுபவர் அதில் அவரது கையொப்பம் அல்லது குறியீட்டை இட வேண்டும். இரண்டு அல்லது அதற்கு மேற்பட்ட சாட்சிகள் உயிலில் கட்டாயம் கையொப்பம் இட வேண்டும். அவர்களை சான்றொப்பமிடும் சாட்சிகள் (Attesting Witnesses) என்று சொல்வார்கள்

உயில் என்பது அனைவருக்கும் புரியும்படி எளிய முறையில் இருக்க வேண்டும். இதைப் பற்றி இந்திய வாரிசுரிமைச் சட்டம் பிரிவு 74 இல் சொல்லப்பட்டுள்ளது. நுட்பமான வார்த்தைகளோ, கலைச்சொற்-களோ உயிலுக்கு தேவை இல்லை என்றும் அதை எழுதி வைப்பவரின் எண்ணங்களை பிரதிபலிக்கும் சொற்கள் இடம் பெற்றால் போதுமானது என்றும் இந்தச் சட்டப் பிரிவு சொல்கிறது.

உயிலைப் பொறுத்தவரை அது முத்திரைத்தாளில் அல்லது வேறு குறிப்பிட்ட வகையான தாளில் தான் எழுதப்பட வேண்டும் என்ற கட்-டாயம் ஏதும் கிடையாது. வெள்ளைத் தாள், பச்சைத் தாள் என எந்த ஒரு தாளிலும் எழுதலாம். ஆனால் நீண்ட காலத்திற்கு பிறகும் அது நன்றாக இருக்க வேண்டும் என்றால் தரமான தாளில் எழுதுவது நல்-லது. அவசரத்திற்கு எழுதுபவர்கள் அந்த நேரத்திற்கு கிடைக்கும் எந்தத் தாளையும் பயன்படுத்தலாம்.

உயிலை எழுத ஆரம்பிக்கும் போது தேதியைக் குறிப்பிட வேண்டும். அதன் பின் உயில் எழுதுபவரின் பெயர், தந்தை பெயர், வயது, முழு முகவரி ஆகியவற்றைக் குறிப்பிட வேண்டும். உயிலைப் பதிவு செய்வதாக இருந்தால் உயில் எழுதுபவரின் அடையாள அட்டை எண்ணையும் அலைபேசி எண்ணையும் குறிப்பிட வேண்டும்.

இந்த உயில் அதை எழுதுபவரின் கடைசி உயில் என்பதையும், உயில் எழுதுபவர் நல்ல மனநிலையில் இருக்கிறார் என்பதையும் குறிப்-பிட வேண்டும்.

அடுத்ததாக உயிலுக்கு நிறைவேற்றாளர் (Executor) நியமிப்பதாக இருந்தால் அவருடைய முழு விபரங்களையும் குறிப்பிட வேண்டும். ஆனால் இது கட்டாயம் கிடையாது. உயில் நிறைவேற்றாளர் (Executor) பற்றி கடந்த அத்தியாயத்தில் விரிவாக விளக்கப்பட்டுள்-ளது.

அடுத்ததாக எந்தச் சொத்துக்களுக்காக உயில் எழுதப்படுகிறது என்-பதை தெளிவாக குறிப்பிட்டு அவை உயில் எழுதுபவருக்கு சொந்த-மானது என்பதையும் சொல்ல வேண்டும். வீடு, மனை, நிலம் போன்ற அசையாச் சொத்துக்களாக இருந்தால் அவை எப்படி உயில் எழுதுபவ-ருக்கு சொந்தமானது என்ற விபரத்தையும் தெரிவிப்பது சிறந்தது. உயில் சொத்துக்களை தனியாக சொத்து விபரம் என்று விளக்கமாக அட்ட-வணை (Schedule) போட்டு உயிலின் இறுதியில் குறிப்பிடுவது நல்-லது.

உயிலில் சொத்து விபரத்தைக் குறிப்பிடாமல் பொதுவாக என்னுடைய அனைத்து அசையும் அசையாச் சொத்துக்களையும் இன்னார் அடைய வேண்டியது என்றும் எழுதலாம் . சட்டப்படி அதற்கு எந்தத் தடையும் இல்லை என்றாலும் சொத்து விபரத்தை குறிப்பிட்டு எழுதுவது நல்லது. ஒரு அவசரத்தில் உயில் எழுதும்போது சொத்தின் விபரங்களை திரட்ட கால அவகாசம் இல்லை என்றால் இப்படி செய்யலாம்.

உயிலை எழுதி வைப்பவர் தன்னுடைய சொத்துக்களை யார் யார் அடைய வேண்டும் எப்படி அடைய வேண்டும் என்பதைத் தெளிவாக குறிப்பிட வேண்டும். முடிந்தால் அவரவர் அடையும் சொத்து விபரத்தை தனித்தனியே பிரித்து காட்டி விடுவது நல்லது. வாரிசுகளில் ஒருவரை விட்டு மற்றொருவருக்கு சொத்துக்கள் கொடுக்கும் போதும் கூடுத-லாகவோ, குறைவாகவோ கொடுக்கும் போதும் அல்லது வாரிசுகளை

விட்டுவிட்டு வேறு ஒருவருக்கு சொத்துக்கள் கொடுக்கும் போதும், அதற்குண்டான காரணங்களை உயிலில் சொல்வது நல்லது. உயில் எழுதியவர் இறந்த பிறகு உயிலில் எழக்கூடிய சந்தேகங்களுக்கு விடை கொடுப்பதாக அது அமையும்.

உயிலில் நிபந்தனைகள் ஏதேனும் குறிப்பிட விரும்பினாலும் குறிப்-பிடலாம். ஆனால் அந்த நிபந்தனைகள் சட்டபூர்வமானதாகவும் நடை-முறைப்படுத்தத் தக்கதாகவும் இருக்க வேண்டும். உதாரணத்திற்கு "என்-னுடைய ஆயுட்காலத்திற்கு பிறகு என்னுடைய மனைவி திருமதி. -------அவர்கள் என்னுடைய சொத்துக்களைப் பொறுத்து அதில் வரும் வருமானங்களை மட்டும் அடைந்து, சொத்துக்களை எந்த வித வில்-லங்கங்களுக்கும் உட்படுத்தாமல் அனுபவித்து அவருடைய ஆயுட்கா-லத்திற்கு பிறகு என் மகள் செல்வி.-------அவர்கள் என்னுடைய சொத்-துக்களை முழு உரிமையுடன் அடைய வேண்டியது" என்பது போன்ற நிபந்தனைகள் இருக்கலாம்.

"இந்த உயில் எழுதி வைப்பவரின் ஆயுட்காலத்திற்கு பிறகு நடை-முறைக்கு வரும்" என்ற வாசகமும் "உயில் எழுதி வைப்பவரின் ஆயுட்-காலம் வரை அதை ரத்து செய்யவோ, மாற்றி அமைக்கவோ உயில் எழுதுபவருக்கு முழு அதிகாரம் உள்ளது" என்ற வாசகமும் உயிலில் இடம் பெற வேண்டும்.

ஏற்கனவே சொன்னதுபோல், உயில் எழுதிவைப்பவர், உயிலின் அனைத்து பக்கங்களிலும் கையொப்பம் இட வேண்டும். கடைசி பக்-கத்திலும் கையொப்பம் இட வேண்டும். கடைசி பக்க கையொப்பத்திற்கு மேல் "நான் கீழ்க்கண்ட சாட்சிகளின் முன் கையொப்பமிட்டேன் " என்ற வாசகம் இடம் பெற வேண்டும். எழுதப் படிக்க தெரியாத நபராக இருந்-தால் " மேற்படி உயிலைப் படிக்கக் கேட்டு புரிந்து கொண்டு சாட்சிகள் முன்னிலையில் கைக்குறி இட்டேன்"என்று குறிப்பிட வேண்டும்.

சாட்சிகளின் கையொப்பத்திற்கு மேல் "உயிலை எழுதி வைத்தவர் எங்கள் முன்னிலையில் கையொப்பமிட்டார், நாங்களும் அவர் முன்-னிலையில் சாட்சிகளாக கையொப்பமிட்டோம்" என்ற வாசகமும் இடம் பெற வேண்டும்.

உயிலை ஒரு ஆவண எழுத்தர் மூலமோ, அல்லது வழக்கறிஞர் மூலமோ தயார் செய்தால் அவர்களும் அதன் இறுதியில் கையொப்பமிட

வேண்டும்.

உயில் என்பது ஒரு குறிப்பிட்ட வடிவத்தில் அல்லது படிவத்தில் தான் இருக்க வேண்டும் என்று இல்லை. ஆனால் கட்டாயம் இடம்-பெறவேண்டியவை சில உள்ளன. நடைமுறையில் கடைபிடிக்கப்படுபவை சில உள்ளன. இப்படிச் செய்தால் இன்னும் நன்றாக இருக்கும் என்று சில விஷயங்கள் உள்ளன. இவற்றையெல்லாம் கலந்துதான் இங்கே கொடுத்துள்ளேன். மேற்சொன்ன விஷயங்களை படித்து விட்டு இந்த புத்தகத்தின் இறுதியில் கொடுக்கப்பட்டுள்ள மாதிரி உயில்களையும் படித்துப் பார்த்தால் உங்களுக்கு முழுமையான புரிதல் கிடைக்கும்.

7

பத்திரப் பதிவு

உயிலைப் பதிவு செய்ய வேண்டும் என்று எந்த விதக் கட்டாயமும் கிடையாது. உயில் எழுதுபவர் விரும்பினால் பதிவு செய்யலாம். உயி-லுக்கு முத்திரைத்தாள் கட்டணம் என்று சொல்லப்படும் Stamp Duty எதுவும் கிடையாது. பத்திரப்பதிவு அலுவலகத்தில் பதிவு செய்யும் போது பதிவுக் கட்டணம் மட்டுமே உண்டு. இது பெரும்பாலும் குறைவான தொகையாகவே இருக்கும். தமிழகத்தில் தற்போது பதிவுக்கட்டணம் ஆவணத்தில் தெரிவிக்கப்பட்ட சொத்து மதிப்பிற்கு 1% அதிகபட்சமாக ரூ.500/- மட்டுமே. நீங்கள் உயில் எழுதிப் பதிவு செய்யும் போது https://tnreginet.gov.in/portal/ என்ற அதிகாரப் பூர்வ இணை-யதளத்தில் அப்போதுள்ள கட்டணத்தை சரிபார்த்துக் கொள்ளவும்.

உயிலை எந்த ஒரு சார்பதிவாளர் அலுவலகத்திலும் பதிவு செய்து கொள்ளலாம். பொதுவாக உயில் எழுதுபவர் எந்த ஊரில் இருக்கிறாரோ அல்லது உயில் சொத்துக்கள் எங்கு உள்ளதோ அங்குள்ள சார் பதி-வாளர் அலுவகத்தில் பதிவு செய்யும் நடைமுறை உள்ளது. ஒன்றுக்கு மேற்பட்ட ஊர்களில் உயில் சொத்துக்கள் இருந்தால் அதில் ஏதாவது ஒரு ஊரில் பதிவு செய்து கொள்ளலாம்.

பொதுவாக ஒரு ஆவணத்தை எழுதிய நான்கு மாதங்களுக்குள் பதி-வுக்குத் தாக்கல் செய்ய வேண்டும். ஆனால் உயிலுக்கு இது பொருந்-தாது. உயிலை எப்போது வேண்டுமானாலும் பதிவுக்குத் தாக்கல் செய்-யலாம்.

சார் பதிவாளர் அலுவலகத்தில் உயில் புத்தகம்-3 ல் பதிவு செய்-யப்படும். உயில் எழுதுபவர் உயிரோடு உள்ளவரை அவருக்கு மட்டுமே அந்த உயிலின் சான்றளிக்கப்பட்ட நகல் வழங்கப்படும். அவர் இறந்த பின்பு தான் மற்றவர்களுக்கு சான்றளிக்கப்பட்ட நகல் வழங்கப்படும்.

உடல்நிலை சரியில்லாதவர்கள் மருத்துவ சான்றிதழுடன் மனு கொடுத்தால் சார் பதிவாளர் தனிப்பட்ட இருப்பிடத்திற்கு வந்து பத்திரப் பதிவு செய்து கொடுக்க வழிவகை உள்ளது.

பதிவு செய்யப்பட்ட உயிலுக்கும், பதிவு செய்யப்படாத உயிலுக்கும் சட்டப்படி எந்த வித்தியாசமும் கிடையாது. ஒரு மனிதனின் கடைசி உயிலே செல்லுபடி ஆகும். இருந்தாலும் பதிவு செய்யப்பட்ட உயிலுக்கு ஒரு நம்பக்கத்தன்மை இருக்கும். மேலும் உயில் எழுதியவர் இறந்த பிறகு அந்த உயிலை நடைமுறைப்படுத்தும் போது அரசு அலுவலகங்க-ளிலும் சார்பதிவாளர் அலுவலகங்களிலும் பதிவு செய்யப்பட்ட உயிலாக இருந்தால் அதை எளிதில் ஏற்றுக் கொள்வார்கள். அதன் அடிப்படை-யில் அடுத்த ஆவணம் செய்யும் போது எளிமையாக இருக்கும்.

அசல் உயில் தொலைந்து விட்டால் அது பதிவு செய்யப்பட்ட உயி-லாக இருந்தால் பத்திரப்பதிவு அலுவலகத்தில் இருந்து அதன் சான்ற-ளிக்கப்பட்ட நகலைப் பெற்றுக் கொள்ளலாம். எனவே உயிலைப் பதிவு செய்வது கட்டாயமில்லை என்றாலும் உயிலைப் பத்திரப்பதிவு அலுவல-கத்தில் பதிவு செய்வது நல்லது.

8

ரகசிய உயில்

பத்திரப் பதிவு அலுவலகத்திற்குச் சென்று உயிலைப் பதிவு செய்வதாக இருந்தால் சாதாரணமாக மற்றப் பத்திரங்களைப் பதிவு செய்வது போல-வும் பதிவு செய்யலாம். அல்லது, அந்த உயிலை எழுதி வைப்பவர், அது ரகசியமாக இருக்க வேண்டும் என்று விரும்பினால் அதை, ஒரு உறையில் போட்டு சீல் வைத்து மாவட்டப் பதிவாளரிடம் தாக்கல் செய்-யலாம். இதைப் பற்றி பதிவுச் சட்டம் 1908-ல் (The Registration Act 1908) பகுதி 9, 42 முதல் 46 வரை உள்ள பிரிவுகளில் சொல்-லப்பட்டுள்ளது.

அப்படி சீல் செய்யப்பட்ட உறையில் மாவட்டப் பதிவாளரிடம் உயி-லைத் தாக்கல் செய்யும் போது, அந்த உறையின் மேல் "உயில்" என்று தலைப்புக் கொடுத்து அதை எழுதி வைப்பவரின் பெயரைக் குறிப்பிட வேண்டும். அதனைப் பெற்றுக் கொள்ளும் மாவட்ட பதிவாளர் அது பற்றிய விபரத்தை, அதாவது, அந்த சீல் செய்யப்பட்ட உறையைத் தாக்கல் செய்த ஆண்டு, மாதம், தேதி எத்தனை மணிக்குத் தாக்கல் செய்யப்பட்டது, உயில் எழுதி வைப்பவர் விபரம் மற்றும் உயில் எழுதுப-வரை அடையாளம் காட்டும் சாட்சிகளின் விபரம் ஆகியவற்றை பதிவுத் துறையில் பராமரிக்கும் "புத்தகம் 5" என்ற புத்தகத்தில் பதிவு செய்ய வேண்டும். அதன் பின் மாவட்டப் பதிவாளர் உரிய கட்டணத்தை பெற்-றுக் கொண்டு அந்த சீல் செய்யப்பட்ட உறையைப் பாதுகாப்புப் பெட்-டகத்தில் வைக்க வேண்டும். இதற்கிடையே உயில் எழுதி வைத்தவர்,

அந்த உயிலைத் திரும்பப் பெற நினைத்தால், மாவட்டப் பதிவாளருக்கு மனு கொடுத்து, அதைத் திரும்பப் பெற்றுக் கொள்ளலாம்.

உயில் எழுதி வைத்தவர் இறந்த பிறகு சம்மந்தப்பட்டவர்கள் மாவட்டப் பதிவாளரிடம் மனு கொடுத்தால், உயில் எழுதி வைத்தவர் இறந்து விட்டார் என்று மாவட்டப் பதிவாளர் உறுதி செய்து கொண்டு, அந்த சீல் செய்யப்பட்ட உறையைப் பிரித்து, அதில் உள்ள உயிலை "புத்தகம் 3" என்று சொல்லப்படும் பதிவுத்துறைப் புத்தகத்தில் பதிவு செய்து மீண்டும் அந்த உயிலை பாதுகப்பாக வைத்து விடுவார். அதன் பிறகு அந்த உயிலின் நகல் தேவைப்படுபவர்கள், நகல் மனுத்தாக்கல் செய்து நகலைப் பெற்றுக் கொள்ளலாம்.

9

உயில் ரத்து மற்றும் மாற்றங்கள் செய்வது எப்படி ?

உயிலை எழுதி வைத்தவர் உயிரோடு இருக்கும் வரை அவர் எப்போது வேண்டும் என்றாலும் அந்த உயிலை ரத்து செய்யலாம் அல்லது மாற்-றங்கள் செய்யலாம். இதைப் பற்றி இந்திய வாரிசுரிமைச் சட்டம் பிரிவு 62 இல் சொல்லப்பட்டுள்ளது.

பதிவு செய்யப்பட்ட உயிலாக இருந்தால் அதை ஒரு ரத்துப் பத்திரம் எழுதிப் பதிவு செய்யலாம். ஒரு புதிய உயில் எழுதுவதன் மூலம் ஏற்-கனவே உள்ள பழைய உயிலை ரத்து செய்ய இயலும். பதிவு செய்யப்-படாத உயிலாக இருந்தால் அதன் அசலை கிழித்து விடுவதன் மூலமா-கவோ அல்லது எரித்து விடுவதன் மூலமாகவோ ரத்து செய்யலாம்.

உயிலை எழுதி வைத்தவர், அதன் பிறகு அதே சொத்தைப் பொறுத்து கிரயப் பத்திரம், அல்லது தானம், செட்டில்மென்ட் போன்ற வேறு பத்திரங்கள் எழுதிக் கொடுத்து விட்டால் அந்த உயில் அந்த சொத்தைப் பொறுத்தவரை தானாகவே ரத்தாகி விடுகிறது.

உயில் எழுதி வைப்பவர் உயிலில் ஏதாவது விளக்கம் கொடுக்க விரும்பினாலோ, மாற்றங்களை செய்ய விரும்பினாலோ அல்லது உயி-லில் ஏதேனும் கூடுதலாக சேர்க்க விரும்பினாலோ Codicil என்ற

உயில் இணைப்பின் மூலம் செய்யலாம். அது உயிலின் ஒரு பகுதியா-கவே கருதப்படும்.

Codicil அல்லது உயில் இணைப்புப் பற்றி இந்திய வாரிசுரிமைச் சட்டம் பிரிவு 2 (b) இல் சொல்லப்பட்டுள்ளது. பதிவு செய்யப்பட்ட உயிலாக இருந்தால் Codicil என்று சொல்லப்படும் உயில் இணைப்-பையும் பதிவு செய்வது நல்லது. உயிலுக்கு சொன்னது போலவே உயில் இணைப்பிற்கும், அதை எழுதி வைப்பவர் அனைத்து பக்கங்களிலும் அதன் இறுதியிலும் கையொப்பம் அல்லது குறி இட்டு , இரண்டு சாட்-சிகளிடமும் கையொப்பம் பெற வேண்டும்.

10

PROBATE உயில் மெய்ப்பிதழ்

Probate என்பதை தமிழில் உயில் மெய்ப்பிதழ் என்று சொல்லலாம். இந்திய வாரிசுரிமைச் சட்டம் பிரிவு 2(f) -ன் படி Probate என்பது உரிய நீதிமன்றத்தால் அதன் முத்திரையுடன் சான்றளிக்கப்பட்ட உயிலின் நகல் ஆகும். இதன் மூலம் உயில் எழுதியவரின் சொத்துக்களை நிர்வகிக்கும் உரிமை கொடுக்கப்படுகிறது.

உயில் எழுதியவர் இறந்த பிறகுதான் Probate கோரி நீதிமன்றத்தில் விண்ணப்பிக்க முடியம். இந்திய வாரிசுரிமைச் சட்டம் பிரிவு 293 -ன் படி உயில் எழுதியவர் இறந்து ஏழு நாட்களுக்கு பிறகுதான் நீதிமன்றம் Probate கொடுக்க முடியும்.

எல்லா உயில்களுக்கும் Probate எனப்படும் உயில் மெய்ப்பிதழ் கண்டிப்பாக பெற வேண்டுமா என்ற கேள்வி எழலாம். தமிழகத்தைப் பொறுத்தவரை சென்னையில் உயில் எழுதப்படிருந்தாலோ, அல்லது உயில் சொத்துக்கள் சென்னையில் இருந்தாலோ, Probate என்பது கட்டாயம் செய்யப்பட வேண்டும். மற்ற ஊர்களைப் பொறுத்தவரை, விருப்பப்பட்டால் அல்லது ஏதேனும் பிரச்சனை ஏற்பட்டால் மட்டும் Probate செய்தால் போதுமானது.

சென்னையைப் பொறுத்தவரை உயிலை Probate செய்வதற்கான மனு சென்னை உயர்நீதிமன்றத்தில் தாக்கல் செய்யலாம். மற்ற ஊர்களில் மாவட்ட முதன்மை நீதிமன்றங்களில் மனுத் தாக்கல் செய்ய வேண்டும்.

உயிலுக்கு Executor அதாவது நிறைவேற்றாளர் நியமிக்கப்பட்டிருந்தால் அந்த நிறைவேற்றாளர் உயில் மெய்ப்பிதழ் கேட்டு நீதிமன்றத்தில் மனுத் தாக்கல் செய்யலாம். அப்படி நிறைவேற்றாளர் யாரும் இல்லாத பட்சத்தில் உயில் மூலம் சொத்தை அடைபவர் மனுத் தாக்கல் செய்யலாம். ஆனால் நிறைவேற்றாளர் இல்லை என்றால் நீதிமன்றம் உயில் மெய்ப்பிதழிற்கு பதில் LETTERS OF ADMINISTRATION என்றழைக்கப்படும் நிர்வாகப் பத்திரத்தை வழங்கும்.

18 வயது நிறைவடையாத மைனர், தெளிவான மனநிலையில் இல்லாதவர் அல்லது பல நபர்களைக் கொண்ட சங்கம் ஆகியோருக்கு Probate கொடுக்க முடியாது.

இந்திய வாரிசுரிமைச் சட்டம் பிரிவு 284-ன் படி, உயிலுக்கு மெய்ப்பிதழ் அல்லது நிர்வாகப் பத்திரம் கொடுக்கக் கூடாது என்று எதிர்ப்பு தெரிவிப்பவர், உயில் எழுதியவர் இறந்தவுடன் நீதிமன்றத்தில் Caveat என்று சொல்லப்படும் முன்னெச்சரிக்கை மனுவைத் தாக்கல் செய்யலாம். அப்படி Caveat மனுத் தாக்கல் செய்யப்பட்டால் உயிலுக்கு மெய்ப்பிதழ் அல்லது நிர்வாகப் பத்திரம் கோரி யாரேனும் நீதிமன்றத்தை அணுகினால் Caveat தாக்கல் செய்தவருக்கு நோட்டீஸ் அனுப்பப்பட்டு அதன் பின்னரே முடிவு செய்யப்படும்.

கிருஸ்தவர்கள் மற்றும் முகமதியர்கள் எழுதும் உயிலுக்கு மெய்ப்பிதழ் என்பது தேவையில்லை. 2002 ஆம் ஆண்டுக்கு முன்பு வரை கிறிஸ்தவர்கள் எந்த ஊரில் இருந்து உயில் எழுதினாலும் அல்லது உயில் சொத்துக்கள் எந்த ஊரில் இருந்தாலும் உயில் மெய்ப்பிதழ் என்பது கட்டாயமாக இருந்தது. ஆனால் 2002 ஆம் ஆண்டில் கொண்டுவரப்பட்ட ஒரு சட்டத் திருத்தத்தின் படி, தற்போது கிறிஸ்தவர்கள் எழுதும் உயிலுக்கு மெய்ப்பிதழ் தேவை இல்லை.

11

உயிலின் வகைகள்

இந்திய வாரிசுரிமைச் சட்டத்தின் படி உயில்கள் Privileged Will அதாவது தனிச்சலுகை உயில் மற்றும் Unprivileged Will அதாவது தனிச்சலுகையற்ற உயில் என்று இரண்டு வகைப்படும்.

Privileged Will (தனிச்சலுகை உயில்): இந்திய வாரிசுரிமைச் சட்டம் பிரிவு 65 மற்றும் 66-ல் தனிச்சலுகை உயில் பற்றி சொல்-லப்பட்டுள்ளது. போரில் ஈடுபட்டுள்ள முப்படை வீரர்கள், 18 வயது நிறைவு பெற்றிருந்தால் தங்கள் சொத்துக்களைப் பொறுத்து தனிச்சலுகை உயிலை எழுதலாம்.

தனிச்சலுகை உயில்கள் எழுத்து மூலமாகவோ அல்லது வாய்மொ-ழியாகவோ இருக்கலாம். தனிச்சலுகை உயில் எழுதுபவர், தன் கைப்பட எழுதினால் அதில் கையொப்பமிட தேவை இல்லை. வேறு ஒரு நபரால் எழுதப்பட்டிருந்தால் தனிச்சலுகை உயில் எழுதுபவர் கையொப்பமிட வேண்டும். ஆனால் சாட்சிகளின் கையொப்பம் தேவை இல்லை. வேறு ஒரு நபர் எழுதி இருந்தாலும் கூட, அதில் உயில் எழுதியவரின் கையொப்பம் இல்லை என்றாலும் கூட அது அவருடைய அறிவுறுத்த-லின்படி எழுதப்பட்டது என்று நிரூபிக்கப்பட்டால், அந்த உயில் செல்-லும். மேற்சொன்ன போர் வீரர்கள், உயில் எழுதுவதற்கான அறிவு-றுத்தல்களை எழுத்து பூர்வமாக கொடுத்துவிட்டு, உயில் தயாராவதற்கு முன்பே இறந்து விட்டாலும் அது அவருடைய உயிலாகவே கருதப்படும். மேற்படி தனிச்சலுகை உயில் எழுத தகுதி பெற்றவர்கள் இரண்டு சாட்சி-கள் முன்னிலையில் வாய்மொழி அறிவுறுத்தல்களைக் கொடுத்து அவை

குறிப்பெடுக்கப்பட்டு, உயிலாக தயார் செய்து கையொப்பம் இடுவதற்கு முன் இறந்து விட்டால், அந்த அறிவுறுத்தல்கள் உயிலாக கருதப்படும். மேற்படி போர் வீரர்கள் இரண்டு சாட்சிகளின் முன்னிலையில் வாய்-மொழியாக சொன்ன உயிலும் செல்லும். ஆனால் தனிச்சலுகை உயில் எழுதும் தகுதியை இழந்து ஒரு மாதம் கழித்தும் அவர்கள் உயிரோடு இருந்தால் அந்த வாய்மொழி உயில் செல்லாததாகிவிடும்.

மேற்சொன்ன நடைமுறைகள் போரில் ஈடுபட்டுள்ள முப்படை வீரர்-களுக்கு போரில் ஈடுபட்டிருக்கும்போதும் அது தொடர்பான பயணத்தில் இருக்கும் போதும் மட்டுமே பொருந்தும். பொதுமக்களுக்கு இவை பொருந்தாது.

Unprivileged will (தனிச்சலுகையற்ற உயில்): மேற்சொன்ன தனிச்சலுகை உயில் தவிர பொதுவாக நடைமுறையில் எழுதப்படும் அனைத்து உயில்களும் தனிச்சலுகையற்ற உயில் வகையையே சேரும். இது பற்றி இந்திய வாரிசுரிமைச் சட்டம் பிரிவு 63 இல் சொல்லப்பட்-டுள்ளது. நாம் இந்த புத்தகத்தில் விரிவாக விவாதித்துள்ள உயில் நடை-முறைகள் பெரும்பாலும் தனிச்சலுகையற்ற உயிலுக்கு உரியவையே.

இரு நபர்கள் கூட்டாக சேர்ந்து எழுதும் உயில் Joint Will (கூட்டு உயில்) என்று சொல்லப்படுகிறது. அதே போல இரு நபர்கள் ஒருவருக்கொருவர் தங்கள் சொத்துக்களை கொடுத்து எழுதப்-படும் உயில் Mutual Will (பரஸ்பர உயில்) என்று சொல்லப்படுகி-றது. பெரும்பாலும் கணவன் மனைவி சேர்ந்து இதுபோன்ற உயில்களை எழுதிக்கொள்கிறார்கள். உயில் எழுதுபவர் முழுக்க தன் கைப்பட எழு-திய Holographic Will என்று சொல்லப்படுகிறது.

12

உயிலுக்கும் செட்டில்மெண்டிற்கும் உள்ள வேறுபாடு

உயில் என்பது அதை எழுதி வைத்தவரின் ஆயுட்காலத்திற்கு பிறகே நடைமுறைக்கு வரும். ஆனால் செட்டில்மெண்ட் என்பது அதில் எந்த நிபந்தனையும் குறிப்பிடாவிட்டால் உடனடியாக நடைமுறைக்கு வரும்.

உயிலைப் பதிவு செய்ய வேண்டிய கட்டாயம் ஏதும் கிடையாது. செட்டில்மெண்ட் பத்திரத்தில், சொத்து மதிப்பு 100 ரூபாய்க்கு மேல் இருந்தால் கட்டாயம் பதிவு செய்ய வேண்டும்.

உயிலுக்கு முத்திரைத்தாள் கட்டணம் (Stamp Duty) கிடையாது. குறைவான பதிவுக்கட்டணம் மட்டுமே உண்டு. செட்டில்மெண்ட் பத்திரத்திற்கு முத்திரைத்தாள் மற்றும் பதிவுக் கட்டணம் உண்டு. ஆனால் குடும்ப உறுப்பினர்கள் இடையே எழுதும் போது, செலவு குறைவாகவே இருக்கும்.

உயில் எழுதி வைத்தவர், அதை அவரது ஆயுட்காலத்தில் அவர் விருப்பப்படி ரத்து செய்யலாம் அல்லது உயிலில் மாற்றங்கள் செய்யலாம். இதற்கு யாருடைய அனுமதியும் தேவை இல்லை. நிபந்தனையற்ற செட்டில்மெண்ட் பத்திரத்தை எழுதி வைத்தவர் தன்னிச்சையாக ரத்து செய்ய இயலாது. ஒருவேளை செட்டில்மெண்ட் பத்திரம் ஏமாற்றி பெறப்பட்டி-

ருந்தால் உரிய காலத்தில் சிவில் நீதிமன்றத்தில் வழக்கு தொடரலாம்.

தற்போது மூத்த குடிமக்கள் பாதுகாப்பு சட்டத்தின் 2007-ன் படி இந்த சட்டம் நடைமுறைக்கு வந்த பிறகு மூத்த குடிமக்கள் தன்னை செட்டில்மெண்ட் பெற்றவர் பராமரிக்க வேண்டும் என்ற நிபந்தனையுடன் தானம் அல்லது செட்டில்மெண்ட் எழுதிக் கொடுத்திருந்தால், செட்டில்-மெண்ட் பெற்றவர் அந்த நிபந்தனையின்படி நடக்காவிட்டால் மேற்படி சட்டத்தின் பிரிவு 23 -ன்படி, அந்த செட்டில்மெண்ட் அல்லது தானப் பத்திரத்தை ரத்து செய்யும் அதிகாரம் RDO -விற்கு உண்டு.

மேற்சொன்ன காரணங்களை ஆராய்ந்து உயில் எழுதுவது சிறந்ததா அல்லது தானம் செட்டில்மெண்ட் போன்றவை சிறந்ததா என்று தங்கள் சூழ்நிலைக்கேற்ப தாங்களே முடிவு செய்து கொள்ளலாம்.

13

உயில் நிரூபணம் & சாட்சிகளின் முக்கியத்துவம்

உயில் எழுதியவரின் ஆயுட் காலத்திற்குப் பிறகு அதை Probate செய்ய வேண்டியிருந்தாலும் அல்லது உயில் சொத்துக்கள் தொடர்பாக ஏதேனும் பிரச்சனை இருந்தாலும் நீதிமன்றத்தில் அந்த உயிலின் உண்மைத்தன்மையை நிரூபிக்க வேண்டிய தேவை ஏற்படும். ஒரு உயில் உண்மையானது என்றும் செல்லத்தக்கது என்றும் அந்த உயிலுக்கு ஆதரவாக வாதிடுபவர் Propounder of the Will என்று செல்லப்-படுகிறார். உயிலை முன்மொழிபவர் என்றும் சொல்லலாம்.

ஒரு உயில் உண்மையானது என்ற முடிவுக்கு நீதிமன்றம் வருவதற்கு கீழ்க்கண்டவை நிரூபிக்கப்பட வேண்டும்:

உயிலில் இருப்பது அதை எழுதி வைத்தவரின் உண்மையான கையொப்பம் அல்லது கைக்குறி தான் என்பது நிரூபிக்கப்பட வேண்டும். மேலும் உயில் எழுதப்பட்ட போது அதை எழுதியவர் தெளிவான மனநி-லையில் இருந்தார் என்பதும் அவர் யாருக்கு என்ன சொத்தை கொடுக்-கிறோம் என்பதைப் புரிந்து கொண்டிருந்தார் என்பதும் அவர் அந்த உயிலை நன்றாகப் படித்துப் பார்த்து புரிந்து கொண்டு தான் கையொப்-பமிட்டார் என்பதும் நிரூபிக்கப்பட வேண்டும்.

உயில் எழுதப்பட்டதில் சந்தேகத்துக்கு இடமான சூழ்நிலைகள் (Suspicious Circumstances) இருப்பதாக நீதிமன்றம் கருதினால் அந்த உயிலை நீதிமன்றம் ஏற்றுக் கொள்ளாது.

இந்திய வாரிசுரிமைச் சட்டம் பிரிவு 63-ன் படி உயிலில் இரண்டு சாட்சிகள் கட்டாயம் கையொப்பம் இட்டிருக்க வேண்டும். உயில் எழுதியவரின் இறப்பிற்கு பிறகு அந்த உயிலை நிரூபிப்பதில் அந்த சாட்சிகளின் பங்கு மிக முக்கியமானது.

உயிலை நீதிமன்றத்தில் நிரூபிக்க, இந்திய சாட்சிய சட்டம் பிரிவு 68-ன் படி உயிலில் சான்றொப்பமிட்ட குறைந்தபட்சம் ஒரு சாட்சியையாவது நீதிமன்றத்தில் விசாரிக்க வேண்டும். ஒருவேளை உயிலில் சான்றொப்பமிட்ட இரு சாட்சிகளுமே இறந்து விட்டிருந்தால் அல்லது எங்கிருக்கிறர்கள் என்று தெரியவில்லை என்றால் இந்திய சாட்சிய சட்டம் பிரிவு 69-ன் படி குறைந்தபட்சம் ஒரு சான்றொப்பமிட்ட சாட்சியின் கையொப்பத்தையும் உயில் எழுதியவரின் கையொப்பத்தையும் நிரூபிக்க வேண்டும். இதற்கு அவர்கள் கையொப்பம் இட்டுள்ள வேறு ஆவணங்களை பயன்படுத்தலாம். அல்லது அவர்களுடைய கையெழுத்தை நன்கு தெரிந்தவர்களை சாட்சியாக விசாரிக்கலாம். உயில் சாட்சிகள் ஒருவேளை நீதிமன்றத்தில் தங்கள் கையொப்பத்தை மறுத்தாலோ அல்லது நினைவில்லை என்று சொன்னாலோ மற்ற சாட்சியங்களைக் கொண்டு உயிலை நிரூபிக்கலாம் என்று இந்திய சாட்சிய சட்டம் பிரிவு 71-ல் சொல்லப்பட்டுள்ளது.

உயிலில் கையொப்பம் இடும் சாட்சிகளின் முக்கியத்துவத்தை இப்போது புரிந்து கொண்டிருப்பீர்கள். எனவே வீண் பிரச்சனைகளைத் தவிர்க்க நல்ல நம்பகமான நபர்களை சாட்சியாக போடுவது நல்லது. உயிலின் பயனாளிகளோ நிறைவேற்றாளரோ சாட்சியாக கையொப்பமிடாமல் இருப்பது நல்லது.

14

உயில் எப்போது செல்லாது ?

எந்தெந்த சூழ்நிலைகளில் ஒரு உயில் செல்லாமல் போகும் என்பதை இந்த அத்தியாயத்தில் பார்க்கலாம்.

* இந்திய வாரிசுரிமைச் சட்டம் பிரிவு 61-ன் படி ஏமாற்றுதல்,வற்புறுத்தல் மற்றும் தொந்தரவு செய்தல் மூலம் பெறப்படும் உயில் செல்லாது.

* இந்திய வாரிசுரிமைச் சட்டம் பிரிவு 63-ன் படி உயில் எழுதி வைப்பவர் அதில் கையொப்பம் அல்லது குறியீடு இட்டிருக்க வேண்டும். இரண்டு சாட்சிகள் கட்டாயம் கையொப்பம் இட்டிருக்க வேண்டும். உயில் எழுதி வைப்பவரின் கையொப்பம் அல்லது குறியீடு இல்லை என்றாலோ சாட்சிகளின் கையொப்பம் இல்லை என்றாலோ அந்த உயில் செல்லாது.

* உயில் எழுதுபவருக்கு உயில் எழுதும்போது 18 வயது பூர்த்தியாகி இருக்க வேண்டும். மேலும் உயில் எழுதும் போது அவர் நல்ல மன நிலையில் இருந்திருக்க வேண்டும். அப்படி இல்லை என்றால் அந்த உயில் செல்லாது. மேலும் ஒரு மனிதனின் கடைசி உயில் தான் செல்லுபடி ஆகும் என்பதால் தேதி கட்டாயம் குறிப்பிட்டிருக்க வேண்டும்.

- உயில் எழுதுபவருக்கு உயில் சொத்து சொந்தமானதாக இருக்க வேண்டும். உரிமையில்லாத சொத்துக்கு எழுதும் உயில் செல்லாது.

- உயில் எழுதிய பிறகு அந்த சொத்தை சொத்தின் உரிமையாளர் வேறு ஒருவருக்கு கிரயம் அல்லது தானம் கொடுத்து விட்டால் அந்த சொத்தைப் பொறுத்து அந்த உயில் செல்லாது.

- இந்திய வாரிசுரிமைச் சட்டம் பிரிவு 105-ன் படி, யாருக்கு அனுகூலமாக உயில் எழுதப்படுகிறதோ அந்த நபர் உயில் எழுதுபவருக்கு முன்பே இறந்து விட்டால் அந்த உயில் நடைமுறைக்கு வராது.

- இந்திய வாரிசுரிமைச் சட்டம் பிரிவு 112-ன் படிஉயில் எழுதியவர் இறக்கும் போது, யாருக்கு அனுகூலமாக உயில் எழுதப்பட்டுள்ளதோ, அப்படி ஒரு நபரே இல்லையென்றால் அந்த உயில் செல்லாது . எனவே இன்னும் பிறக்காத ஒரு குழந்தைக்கு உயில் மூலம் சொத்து கொடுக்க விரும்பினால் முதலில் தற்போது உயிருடன் இருக்கும் ஒரு நபருக்கு ஆயுட்கால அனுபவ உரிமை கொடுத்து அதன் பின் பிறக்கப் போகும் அந்த குழந்தைக்கு சொத்து முழுமையாக சென்று சேருமாறு எழுத வேண்டும்.

- இந்திய வாரிசுரிமைச் சட்டம் பிரிவுகள் 126 மற்றும் 127-ன் படி நிறைவேற்ற முடியாத நிபந்தனைகள் அல்லது சட்டவிரோதமான அல்லது ஒழுக்கக்கேடான செயல்களை செய்ய வேண்டும் என்ற நிபந்தனைகளின் அடிப்படையில் எழுதப்பட்ட உயில் செல்லாது.

எனவே மேற்சொன்ன விஷயங்களை கருத்தில் கொண்டு உங்கள் உயிலை செல்லத்தக்கதாக எழுதுங்கள்.

15

இஸ்லாமியர் உயில்

இந்தியாவில் உள்ள இஸ்லாமியர்கள் தங்கள் மதச் சட்டப்படி உயில் எழுதலாம். முஸ்லீம் மதத்தில் உயிலுக்கு வஸிய்யத் (Vasiyyat) என்று பெயர். பின்வரும் நிபந்தனைகளுக்கு உட்பட்டு நல்ல மனநிலையில் உள்ள மைனர் அல்லாத எந்த ஒரு முஸ்லீமும் தன்னுடைய சொத்துக்-களைப் பொறுத்து உயில் எழுதி வைக்கலாம் .

முஸ்லீம் உயில் எழுத்துப் பூர்வமாகவும் இருக்கலாம் அல்லது வாய்-மொழியாகவும் இருக்கலாம். ஆனால் வாய்மொழி உயிலை நிரூபிப்பது சிரமம் என்பதால் எழுத்துப் பூர்வமாக இருப்பது நல்லது. முஸ்லீம் எழு-தும் உயில் குறிப்பிட்ட வடிவில்தான் இருக்க வேண்டும் என்று எது-வும் கிடையாது. ஆனால் உயிலை ஏற்படுத்தும் எண்ணம் தெளிவாக வெளிப்பட வேண்டும்.

முஸ்லீம் எழுதும் உயிலும் மற்ற உயில்களைப் போலவே எழுதி வைப்பவரின் ஆயுட்காலத்திற்கு பிறகு நடைமுறைக்கு வரும். ஒரு முஸ்-லீம் தன்னுடைய வாழ்நாளில் தன்னுடைய உயிலை நேரடியாகவோ அல்லது மறைமுகமாகவோ ரத்து செய்யலாம்.வேறு ஒரு புதிய உயிலை எழுதுவதன் மூலமும் முந்தைய உயிலை ரத்து செய்யலாம்.

ஒரு முஸ்லீம் தன்னுடைய (இறுதிச் சடங்கு செலவு மற்றும் மற்றும் கடன்களை செலுத்திய பிறகு மீதமுள்ள) சொத்தில் மூன்றில் ஒரு பங்-கிற்கு மேல் உயில் எழுத முடியாது. அப்படி மூன்றில் ஒரு பங்கிற்கு மேல் உயில் எழுதி வைத்தால் அவருடைய மறைவுக்கு பின் வாரிசுகள் சம்மதித்தால் மட்டுமே மூன்றில் ஒரு பங்கிற்கு மேல் கொடுத்துள்ளது

செல்லுபடியாகும்.

Shia முஸ்லிம்களை பொறுத்தவரை அந்த மூன்றில் ஒரு பங்கை யாருக்கு வேண்டுமானாலும் எழுதி வைக்கலாம். அதற்கு வாரிசுகளின் சம்மதம் தேவை இல்லை. ஆனால் Sunni முஸ்லிம்களை பொறுத்த-வரை (அந்த மூன்றில் ஒரு பங்கு உட்பட) வாரிசுக்கு உயில் எழுதக் கூடாது. அப்படி எழுதினால் எழுதி வைத்தவரின் இறப்பிற்கு பிறகு மற்ற வாரிசுகள் சம்மதித்தால் மட்டுமே அது செல்லுபடியாகும்.

உயில் எழுதியவரின் இறப்பின்போது இல்லாத ஒருவருக்கு எழுதப்-பட்டிருக்கும் உயில் செல்லாது. கருவில் இருக்கும் குழந்தைக்கு அனு-கூலமாக உயில் எழுதலாம். ஆனால் உயில் எழுதிய தேதியில் இருந்து ஆறு மாதத்திற்குள் அந்த குழந்தை பிறக்க வேண்டும். இது Sunni முஸ்லீம் சட்டம். Shia முஸ்லிம்களைப் பொறுத்தவரை பத்து சந்திர மாதங்களுக்குள் அந்த குழந்தை பிறந்தால் மட்டுமே உயில் செல்லுபடி-யாகும்.

உயில் எழுதியவருக்கு முன்பே உயிலின் பயனாளி (Legatee) இறந்துவிட்டால் உயில் காலாவதியாகும். உரிமை மாற்றம் செய்யத்தக்க எந்த ஒரு சொத்தையும் உயில் எழுதலாம். உயில் எழுதியவர் இறக்-கும்போது அந்த சொத்து இருக்க வேண்டும். உயில் எழுதப்படும் போது அந்த சொத்து இருக்க வேண்டும் என்ற அவசியம் இல்லை.

இஸ்லாமியர் உயிலுக்கு Probate தேவை இல்லை. இந்திய வாரி-சுரிமைச் சட்டத்தில் Executor அதாவது உயில் நிறைவேற்றாளரின் அதிகாரங்கள் மற்றும் கடமைகள் பற்றி சொல்லப்பட்டுள்ள பகுதிகள் மட்டும் முஸ்லிம்களுக்கும் பொருந்தும்.

இஸ்லாமியர் உயில்களின் முக்கிய அம்சங்கள் பற்றி இயன்றவரை சுருக்கமாக இந்த அத்தியாயத்தில் கொடுத்துள்ளேன்.

16

முக்கிய வழக்குத் தீர்ப்புகள்

உயில் சம்மந்தமான சில முக்கிய வழக்குத் தீர்ப்புகளை இந்த அத்தி-யாயத்தில் பார்க்கலாம். இந்திய உச்சநீதிமன்றத்தின் முக்கிய தீர்ப்புகளை இணையதளத்தில் பார்ப்பதற்கும் பதிவிறக்கம் செய்வதற்கும் e -SCR என்ற வசதி தற்போது ஏற்படுத்தப்பட்டுள்ளது. உச்சநீதிமன்றம் மற்றும் சென்னை உயர்நீதிமன்றத்தின் சமீபத்திய தீர்ப்புகளை அவற்றின் அதி-காரபூர்வ இணைய தளங்களில் பார்த்து பதிவிறக்கம் செய்து கொள்ள-லாம். இங்கு முக்கிய வழக்குத் தீர்ப்புகளின் சாராம்சம் மட்டுமே சுருக்-கமாக கொடுக்கப்பட்டுள்ளது. தேவைப்படுபவர்கள் மேற்கண்ட இணைய தளங்களுக்கு சென்று முழுமையாக பார்த்துக் கொள்ளலாம்.

1. H. VENKATACHALA IYENGAR Vs. B.N. THIMMAJAMMA & OTHERS, [1959] Suppl.SCR 426

உயில் உண்மை என்று நிரூபிக்க வேண்டிய பொறுப்பு Propounder of the Will அதாவது அந்த உயிலை முன்மொழிபவருக்கு உள்ளது. சந்தேகத்துக்கிடமான சூழ்நிலைகள் இல்லை என்றால் உயில் எழுதுபவ-ருக்கு உயில் எழுதும் தகுதி உண்டு என்பதையும் அவருடைய கையெ-ழுத்து உண்மையானது என்பதையும் நிரூபித்தால் போதுமானது.

ஆனால் சந்தேகத்துக்கிடமான சூழ்நிலைகள் இருந்தால் உயிலை முன்மொழிபவர் நீதிமன்றத்தை திருப்திப்படுத்தும் வகையில் விளக்கமளிக்க வேண்டும். ஒரு உயில் தகாத செல்வாக்கு, ஏமாற்றுதல் அல்லது வற்புறுத்தல் மூலம் பெறப்பட்டது என்று முன்னெச்சரிக்கை மனுதாரர் (Caveator) குற்றம் சாட்டினால், அவர் தான் தன்னுடைய வாதம் உண்மையென்று நிரூபிக்க வேண்டும். அப்படி யாரும் சொல்லவில்லை என்றாலும் சந்தேகத்துக்கிடமான சூழ்நிலைகள் இருந்தால் உயிலை முன்மொழிபவர் நீதிமன்றத்தின் மனசாட்சியை திருப்திப் படுத்த வேண்டும்.

சந்தேகத்துக்கிடமான சூழ்நிலைகள் எவை என்பதை அந்தந்த வழக்கின் சங்கதிகள் மற்றும் சூழ்நிலைகளை வைத்து முடிவு செய்ய வேண்டும். உயிலை முன்மொழிபவர் உயில் எழுதப்பட்டதில் பெரும் பங்கு வகித்திருந்து அவருக்கு அந்த உயில் மூலம் கணிசமான பலன்கள் கொடுக்கப்பட்டிருந்தால் அதுவே ஒரு சந்தேகத்துக்கிடமான சூழ்நிலை. இது போன்ற வழக்கில் சாட்சியங்களை பரிசீலிக்கும்போது நீதிமன்றம் திறந்த மனதுடன் ஆனால் எச்சரிக்கையாகவும் கவனத்துடனும் செயல்பட வேண்டும்.

2. V. KALYANASWAMY (D) BY LRS. & ANR. v. L. BAKTHAVATSALAM (D) BY LRS. & ORS. [2020] 9 S.C.R. 619

உயில் எழுதுபவர் நல்ல தெளிவான மன நிலையில் இருக்க வேண்டும் என்பதை நல்ல உடல் நலத்தோடு இருக்க வேண்டும் என்று குழப்பிக் கொள்ளக் கூடாது. உடல் உபாதையில் இருக்கும் மனிதரிடமிருந்து அவர் உயில் எழுதும் தகுதியை பறித்துவிட முடியாது. ஒரு மனிதர் உடல் ரீதியிலான நோயினால் பாதிக்கப்பட்டிருப்பதோ அல்லது தாங்க முடியாத வலியினால் துன்பப்படுவதோ அவரை உயில் எழுதும் தகுதியை இழக்க செய்யாது. எது முக்கியம் என்றால் அவர் என்ன செய்கிறார் என்பதை அவர் உணர்ந்து அவருடைய எண்ணம் அந்த உயிலில் வெளிப்பட வேண்டும்.

3. DR. K. S. PALANISAMI (DEAD) THROUGH LRS. A v. HINDU COMMUNITY IN GENERAL AND CITIZENS OF GOBICHETTIPALAYAM AND OTHERS [2017] 4 S.C.R. 511

உயில் எழுதியவரின் எண்ணம் அதில் பயன்படுத்தப்பட்டுள்ள வார்த்தை-களைக் கொண்டே கண்டறியப்பட வேண்டும். நீதிமன்றமானது தெளி-வான வார்த்தைகளை நிராகரிக்கவோ , சுயமாக எதுவும் சேர்க்கவோ, தெளிவான எந்த ஒரு வார்த்தையின் அர்த்தத்தையும் நீர்த்துப் போகச் செய்யவோ கூடாது.

4. SAROJA AMMAL v. M.DEENADAYALAN & ORS., SUPREME COURT OF INDIA Judgement dt. 08.04.2022 in CIVIL APPEAL No. 2828 of 2022

ஒரு சொத்தின் முழுமையான உரிமையாளர்(Absolute Owner) தன்-னுடைய சொத்தை வெளி நபர்களுக்கு (Strangers) கூட உயில் எழுதி வைக்கலாம்.

5.BHAGWAT SHARAN (DEAD THR. LRS.) v. PURUSHOTTAM & ORS. [2020] 10 S.C.R. 579

உயிலின் ஒரு பகுதியை ஏற்றுக்கொண்டு பலனடைந்தவர் மீதமுள்ள பகுதியை ஏற்றுக் கொள்ள மாட்டேன் என்று சொல்ல முடியாது.

6. SWARNALATHA v KALAVATHY, SUPREME COURT OF INDIA Judgement dt. 30.03.2022 in CIVIL APPEAL No. 1565 of 2022

நீதிமன்றம் ஒரு உயிலின் உண்மைத் தன்மையை பரிசீலிக்கும் போது உயில் எழுதி வைத்தவர் தன் எல்லாப் பிள்ளைகளுக்கும் நியாயமாகவும் சமமாகவும் விநியோகம் செய்து இருக்கிறாரா என்று பார்க்க முடியாது. உயில் மூலம் சொத்து விநியோகம் செய்யப்படுவதற்கு Article 14 பொருந்தாது.

குறிப்பு; இந்திய அரசியல் அமைப்புச் சட்டத்தின் Article 14 என்-பது சட்டத்தின் முன் அனைவரும் சமம் என்பதை குறிக்கும் சட்டப்பிரிவு .

7. VALLIAMMAL @ MANI v SADAYAPPAN & ORS., MADRAS HIGH COURT Judgement dt. 12.04.2022 in SECOND APPEAL No.130 OF 2016

சந்தேகத்திற்கிடமான சூழ்நிலைகளைப் பரிசீலிக்கும் போது, உயில் எழு-தியவர் உண்மையில் அந்த உயிலின் பயனாளிக்கு சொத்தினைக் கொடுக்க எண்ணினாரா என்பதை உறுதிசெய்ய, நீதிமன்றம் தனது சொந்த மனசாட்சியை திருப்திப்படுத்த வேண்டும். இதை செய்யும்போது, ஒரு நீதிபதி மனசாட்சிக்கு உட்பட்ட செயலாகக் கருதுவதைப் பற்றிய தனது எண்ணங்களை அல்லது கருத்துக்களைப் பயன்படுத்தக் கூடாது. ஒரு நீதிபதி உயிலை எழுதியவரின் நாற்காலியில் அமர்ந்து தன்னுடைய மனசாட்சியை திருப்திப்படுத்த வேண்டும். ஒரு உயில் ஒரு குறிப்பிட்ட முறையில் எழுதப்பட்டு, மகள்களில் ஒருவருக்கு ஒரு பங்கு ஒதுக்கப்படு-வதற்கும் மற்றவர்களுக்கு எந்தப் பங்கும் வழங்கப்படாமல் இருப்பதற்கும் பல்வேறு காரணங்கள் இருக்கலாம். நீதிமன்றம் ஒட்டுமொத்த சூழ்நிலை-களை மட்டும் ஆராய்ந்து முடிவெடுக்க வேண்டும்.

குறிப்பு : இங்கு "உயிலை எழுதியவரின் நாற்காலியில் அமர்ந்து" என்று சொல்வது உயில் எழுதியவரின் நிலையில் இருந்து பார்க்க வேண்டும் என்பதாகப் பொருள் கொள்ள வேண்டும். இதை "Armchair Rule" என்று சொல்கிறார்கள்.

17

மாதிரி ஆவணங்கள்

இங்கு கொடுக்கப்பட்டிருப்பவை மாதிரி ஆவணங்கள் மட்டுமே. உங்கள் சூழ்நிலைகளுக்கும் தனிப்பட்டத் தேவைகளுக்கும் தகுந்தாற்போல் உரிய சட்ட ஆலோசனை பெற்று உங்கள் உயிலைத் தயார் செய்து கொள்ள-வும். நீங்கள் எழுதும் உயிலைப்பதிவு செய்வதாக இருந்தால் அடையாள அட்டை எண்ணையும் அலைபேசி எண்ணையும் குறிப்பிட வேண்டி இருக்கும். மற்றபடி அது அவசியம் இல்லை.

மாதிரி உயில் (Model Will) -1

குறிப்பு: இந்த உயில் மாதிரியில் உயில் எழுதுபவர் தன் மனைவிக்கு ஆயுட்கால அனுபவ உரிமையும் அதன்பின் மூத்த மகனுக்கு முழு உரிமையும் கொடுப்பது போன்று எழுதப்பட்டுள்ளது. இளைய மகனுக்கு சொத்து கொடுக்காததற்கு காரணமும் உயிலில் கூறப்பட்டுள்ளது.

உயில் சாசனம்

2023 ஆம் ஆண்டு----------மாதம், -------- ஆம் தேதி ----------------------------------என்ற விலாசத்தில் வசிக்கும் திரு.------------ அவர்களின் குமாரர் திரு. ---------------- (அடை-யாள அட்டை எண். ----------) (கைபேசி எண்.-----------------) ஆகிய நான், நல்ல தெளிந்த மனநிலையிலும், சுய நினைவுடனும், என்

முழு மன சம்மதத்துடனும், யாருடைய தூண்டுதலோ, வற்புறுத்தலோ இன்றி எழுதி வைக்கும் கடைசி உயில் சாசனம் என்னவென்றால்,

எனக்கு தற்போது 70 வயது ஆகிறது. வயோதிகம் காரணமாக உடல்நிலை தளர்ச்சி அடைந்து வருகிறது. அதனால் நல்ல மனநிலையில் இருக்கும் போதே உயில் எழுதி வைத்து விட வேண்டும் என்ற எண்ணத்தில், இந்த உயிலை எழுதி வைக்கிறேன், என்னுடைய இறப்புக்கு பிறகு என்னுடைய சொத்துக்கள் சம்மந்தமாக என்னுடைய குடும்பத்தினரிடையே எந்தவித பிரச்சனையும் ஏற்படக் கூடாது என்பதற்காக இந்த உயிலை எழுதி வைக்கிறேன்.

எனக்கும் என்னுடைய மனைவி ------------அவர்களுக்கும் ------------------ஆண்டு திருமணம் நடைபெற்று அதன் மூலம் ------------------ஆகிய இரண்டு ஆண் பிள்ளைகள் உள்ளனர். அவர்களை நல்ல முறையில் வளர்த்து, படிக்க வைத்து, திருமணம் செய்து வைத்து நல்ல முறையில் வாழ்ந்து வருகிறார்கள்.

இதில் மூத்த மகனான ------------என்னுடனே இருந்து என்னையும் என் மனைவியையும் நல்ல முறையில் கவனித்து எங்களுக்குத் தேவையான அனைத்துப் பணிவிடைகளையும் செய்து வருகிறார். ஆனால் இளைய மகனான ------------எனக்கும் என் மனைவிக்கும் எந்தவித கவனிப்பையும் செய்யவில்லை. எங்களை வந்து பார்ப்பதும் கிடையாது, அதனால் கீழ்கண்ட சொத்து விபரத்தில் உள்ள சொத்தை என் மூத்த மகனுக்கு அனுகூலமாக இந்த உயில் சாசனத்தின் மூலம் எழுதி வைக்கிறேன்.

கீழ்கண்ட சொத்தானது நான் வியாபாரம் செய்து சுயமாக சம்பாதித்தப் பணத்தைக் கொண்டு -------------- அன்று ----------என்பவரிடம் இருந்து கிரயம் பெற்று மேற்படி கிரயப்பத்திரம் ------------- சார்பதிவகத்தில் புத்தகம்-1-ல் ஆவண எண் ---------------- ஆக பதியப்பட்டுள்ளபடி எனக்கு மட்டும் சொந்தமானதாகும்.

மேற்சொன்ன வகையில் எனக்கு சொந்தமானதும் என்னுடைய அனுபவத்தில் இருந்து வருவதுமான, இதனடியில் கண்ட சொத்தினை என்னுடைய ஆயுட் காலத்திற்கு பிறகு என்னுடைய மனைவி திருமதி. ---------------அவர்கள் ஆயுட்கால அனுபவ உரிமை மட்டும் அடைந்து கொள்ள வேண்டியது. அதில் வரும் வாடகை வருமானத்தையும் என் மனைவி பெற்றுக்கொள்ள வேண்டியது. ஆனால் அந்த சொத்தை

விற்பனை செய்யவோ, வில்லங்கப்படுத்தவோ என்னுடைய மனைவிக்கு எந்தவித உரிமையும் கிடையாது. என்னுடைய மனைவியின் ஆயுள் காலத்திற்கு பிறகு கீழ் கண்ட சொத்தினை என்னுடைய மூத்த மகன் -------------அவர்கள் அடைந்து சர்வ சுதந்திரமாய் விற்பனை, தானம் உள்ளிட்ட அனைத்து உரிமைகளுடன் முழுமையாக ஆண்டு அனுப-வித்துக் கொள்ள வேண்டியது. இதில் வேறு எவருக்கும் எந்தவித உரி-மையும் கிடையாது.

இந்த உயில் என்னுடைய ஆயுட் காலத்திற்குப் பிறகு நடைமு-றைக்கு வர வேண்டியது. என்னுடைய ஆயுட்காலத்தில் இந்த உயிலை ரத்து செய்யவோ, மாற்றி அமைக்கவோ, திருத்தங்கள் செய்யவோ, எனக்குப் பரிபூரண உரிமை உண்டு.

இதன்படி நான் என் முழுமன சம்மதத்துடன் நல்ல மனநிலையில் யாருடைய வற்புறுத்தலோ, தூண்டுதலோ இன்றி கீழ்க்கண்ட சாட்சிகள் அறிய எழுதி வைக்கும் உயில் சாசனம் இது.

சொத்து விபரம்

இந்த உயிலை எழுதி வைக்கும் ------------------- ஆகிய நான் கீழ்கண்ட சாட்சிகளின் முன்னிலையில் கையொப்பமிட்டேன்.

எழுதி வைப்பவர்

சாட்சிகளாகிய எங்கள் முன்னிலையில் உயில் எழுதிவைப்பவர் கையொப்பமிட்டார். நாங்களும் சாட்சிகளாக அவர் முன்னிலையில் கையொப்பமிட்டோம்.

சாட்சிகள் .

1.

2.

ஆவணத்தை தயார் செய்தவர் _________

மாதிரி உயில் (Model Will) -2

குறிப்பு: இந்த உயில் மாதிரியில் இரண்டு பிள்ளைகளுக்கும் "A Schedule" மற்றும் "B Schedule" என்று பிரித்துக் காட்டி எழுதப்பட்டுள்ளது. மேலும் அசையும் சொத்துக்கள் பற்றியும் வங்கிக் கணக்குகள் பற்றியும் குறிப்பிடப்பட்டுள்ளது.

உயில் சாசனம்

2023 ஆம் ஆண்டு----------மாதம், -------- ஆம் தேதி ------------------------------------என்ற விலாசத்தில் வசிக்கும் திரு.------------ அவர்களின் குமாரர் திரு. --------------- (அடையாள அட்டை எண். -----------) (கைபேசி எண்.-------------------) ஆகிய நான், நல்ல தெளிந்த மனநிலையிலும், சுய நினைவுடனும், என் முழு மன சம்மதத்துடனும், யாருடைய தூண்டுதலோ, வற்புறுத்தலோ இன்றி எழுதி வைக்கும் கடைசி உயில் சாசனம் என்னவென்றால்,

எனக்கு தற்போது---- வயது ஆகிறது. நல்ல மனநிலையில் இருக்கும் போதே என்னுடைய சொத்துக்களைப் பொறுத்து உயில் எழுதி வைத்து விட வேண்டும் என்ற எண்ணத்தில், இந்த உயிலை எழுதி வைக்கிறேன். என்னுடைய வாழ்நாளுக்குப் பிறகு என்னுடைய சொத்துக்கள் தொடர்பாக என்னுடைய குடும்பத்தினரிடையே எந்தவித பிரச்சனையும் ஏற்படக் கூடாது என்பதற்காக இந்த உயிலை எழுதி வைக்கிறேன்.

என்னுடைய மனைவி திருமதி. ----------அவர்கள் ஏற்கனவே ----- ஆண்டில் இறந்து விட்டார். எனக்கு ------- மற்றும் -------ஆகிய இரண்டு ஆண் பிள்ளைகள் உள்ளனர். அவர்களை நல்ல முறையில் வளர்த்து, படிக்க வைத்து, திருமணம் செய்து வைத்து நல்ல முறையில் வாழ்ந்து வருகிறார்கள்.

இதனடியில் சொத்து விபரத்தில் A Schedule -ல் கண்டுள்ள வீடானது ------------தேதியில் ------------சார் பதிவாளர் அலுவல-

கத்தில் புத்தகம்-1-ல்----------- எண்ணாகப் பதியப்பட்டுள்ள கிரயப்பத்-
திரப்படியும், B Schedule -ல் கண்டுள்ள இரண்டு காலி மனைகள்
-------------தேதியில் ------------சார் பதிவாளர் அலுவலகத்தில் புத்-
தகம்-1-ல்----------- எண்ணாகப் பதியப்பட்டுள்ள கிரயப்பத்திரப்படியும்
எனக்கு சொந்தமாகி, பட்டாவும் என்னுடைய பெயரில் உள்ளது. எனவே
அவற்றை உயில் எழுதி வைக்க எனக்கு முழு உரிமை உள்ளது.

கீழ்க்கண்ட சொத்து விபரத்தில் A schedule -ல் கண்டுள்ள
வீட்டை என் மூத்த மகன் திரு.---------அவர்கள் என் ஆயுட்காலத்திற்-
குப் பிறகு சர்வ சுதந்திரமாய் விற்பனை, தானம் , உள்ளிட்ட அனைத்து
உரிமைகளுடன் முழுமையாக ஆண்டு அனுபவித்துக் கொள்ள வேண்-
டியது. கீழ்க்கண்ட சொத்து விபரத்தில் B schedule -ல் கண்டுள்ள
இரண்டு மனைகளையும் என் இளைய மகன் திரு.---------அவர்கள்
என் ஆயுட்காலத்திற்குப் பிறகு சர்வ சுதந்திரமாய் விற்பனை, தானம் ,
உள்ளிட்ட அனைத்து உரிமைகளுடன் முழுமையாக ஆண்டு அனுப-
வித்துக் கொள்ள வேண்டியது.

மேற்படி நான் வசிக்கும் வீட்டில் உள்ள அசையும் சொத்துக்களான
பொருட்களை என் ஆயுட்காலத்திற்கு பிறகு என் மூத்த மகன்
திரு.-------அவர்கள் அடைய வேண்டியது. என்னுடைய பெயரில்
----------வங்கியில் (F.D.No.------) வைப்புத் தொகையாக உள்ள
பத்து லட்ச ரூபாயை வட்டியுடன் சேர்த்து என் இளைய மகன்
திரு.-------அவர்கள் என் ஆயுட்காலத்திற்கு பிறகு அடைய வேண்-
டியது. மேற்படி வங்கியில் என் பெயரில் சேமிப்பு கணக்கில்
(S.B.Account No.--------) என் இறப்பிற்கு பிறகு இருக்கும்
தொகையை என் இளைய மகன் திரு.-------அவர்கள் எடுத்து
----------- அறக்கட்டளைக்கு கொடுத்து விடவேண்டியது.

இந்த உயில் என்னுடைய ஆயுட் காலத்திற்கு பிறகு நடைமுறைக்கு
வர வேண்டியது. என்னுடைய ஆயுட்காலத்தில் இந்த உயிலை ரத்து
செய்யவோ, மாற்றி அமைக்கவோ, திருத்தங்கள் செய்யவோ, எனக்குப்
பரிபூரண உரிமை உண்டு.

இதன்படி நான் என் முழுமன சம்மதத்துடன் நல்ல மனநிலையில்
யாருடைய வற்புறுத்தலோ, தூண்டுதலோ இன்றி கீழ்க்கண்ட சாட்சிகள்
அறிய எழுதி வைக்கும் உயில் சாசனம் இது.

சொத்து விபரம்

இந்த உயிலை எழுதி வைக்கும் -------------------- ஆகிய நான் கீழ்கண்ட சாட்சிகளின் முன்னிலையில் கையொப்பமிட்டேன்.

எழுதி வைப்பவர்

சாட்சிகளாகிய எங்கள் முன்னிலையில் உயில் எழுதிவைப்பவர் கையொப்பமிட்டார். நாங்களும் சாட்சிகளாக அவர் முன்னிலையில் கையொப்பமிட்டோம்.

சாட்சிகள் .

1.

2.

ஆவணத்தை தயார் செய்தவர் ________

❦

மாதிரி உயில் (Model Will) -3

குறிப்பு: இந்த உயில் மாதிரியில் உயில் எழுதி வைப்பவர் தன்னுடைய மைனர் மகனுக்கு சொத்து எழுதி வைக்கிறார். அந்த மகனுக்கு 18 வயது ஆகும் வரை காப்பாளராகவும் Executor -ஆகவும் தன் சகோதரரை நியமிக்கிறார். மாற்று ஏற்பாடாக மற்றொரு Executor -ஐயும் நியமிக்கிறார்.

உயில் சாசனம்

2023 ஆம் ஆண்டு----------மாதம், -------- ஆம் தேதி ------------------------------என்ற விலாசத்தில் வசிக்கும் சுமார் --- வயதுடைய, இந்து , காலஞ்செந்த திரு.---------அவர்களின் மனைவி திருமதி .-------------(அடையாள அட்டை எண். -----------) (கைபேசி எண்.-------------------) ஆகிய நான், நல்ல தெளிந்த மனநிலையிலும், சுய நினைவுடனும், என் முழு மன சம்மதத்துடனும், யாருடைய தூண்டுதலோ, வற்புறுத்தலோ இன்றி எழுதி வைக்கும் கடைசி உயில் சாசனம் என்னவென்றால்,

என்னுடைய கணவர் கடந்த ஆண்டு காலமாகி விட்டார். எங்க-
ளுக்கு -----------என்ற 10 வயதுடைய மைனர் மகன் இருக்கிறார்.
உலக வாழ்க்கை நிச்சயமில்லை என்பதால் எனக்கும் ஏதாவது அசம்-
பாவிதம் நடந்து விட்டால் என் மகனின் பாதுகாப்புக் குறித்து ஏதேனும்
ஒரு ஏற்பாடு செய்ய வேண்டும் என்ற எண்ணத்தினால் இந்த உயில்
சாசனத்தை எழுதி வைக்கிறேன்.

இதனடியில் சொத்து விபரத்தில் கண்டுள்ள வீடானது -------------
தேதியில் ------------சார் பதிவாளர் அலுவலகத்தில் புத்தகம்-1-ல்
ஆவண எண் ---------------- ஆகப் பதியப்பட்டுள்ள -------- பத்தி-
ரத்தின்படி எனக்கு சொந்தமாகி பட்டாவும் என்னுடைய பெயரில் உள்-
ளது. எனவே அதை உயில் எழுதி வைக்க எனக்கு முழு உரிமை உள்-
ளது.

இதனடியில் சொத்து விபரத்தில் கண்டுள்ள வீட்டை என் ஆயுட்கா-
லத்திற்குப் பிறகு என் ஒரே மகன் திரு.--------அவர்கள் சர்வ சுதந்திர-
மாய் விற்பனை, தானம் , உள்ளிட்ட அனைத்து உரிமைகளுடன் முழு-
மையாக ஆண்டு அனுபவித்துக் கொள்ள வேண்டியது.

ஒருவேளை என் மகன் மைனராக இருக்கும் போதே நான் இறந்து
விட்டால், என்னுடைய தம்பி திரு.------------அவர்கள் என் மகனுக்கு
18 வயது பூர்த்தி ஆகும் வரை என் மகனின் காப்பாளாராகவும் இந்த
உயிலின் Executor ஆகவும் இருந்து கீழ்க்கண்ட சொத்தில் இருந்து
வரும் வாடகை வருமானத்தைக் கொண்டு என் மகனை படிக்க வைத்து
அவனுக்கு தேவையானவற்றை செய்து சொத்தையும் பராமரித்து வர
வேண்டியது. இதற்கு பிரதி பிரயோஜனமாக மேற்படி வாடகை வரு-
மானத்தில் இருந்து ஆண்டுக்கு 10% மேற்படி Executor எடுத்துக்
கொள்ளவேண்டியது.என்னுடைய மகனுக்கு 18 வயது நிறைவடைந்தவு-
டன் என்னுடைய மகனிடம் மேற்படி Executor சொத்தை முழுமையாக
ஒப்படைத்து விட வேண்டியது.

ஒரு வேளை மேற்படி என் தம்பி திரு.---------அவர்களுக்கு
Executor ஆகவும் காப்பாளராகவும் இருக்க விருப்பம் இல்லை என்-
றாலோ அல்லது வேறு சூழ்நிலைகளால் அவர் அந்த பொறுப்பை
ஏற்றுக் கொள்ள முடியாமல் போனாலோ மாற்று ஏற்பாடாக என்
இளைய சகோதரி திருமதி.--------அவர்கள் மேற்படி பொறுப்பை ஏற்-
றுக் கொள்ள வேண்டியது. அவருக்கும் மேற்சொன்னவை பொருந்தும்.

இந்த உயில் என்னுடைய ஆயுட் காலத்திற்குப் பிறகு நடைமு-றைக்கு வர வேண்டியது. என்னுடைய ஆயுட்காலத்தில் இந்த உயிலை ரத்து செய்யவோ, மாற்றி அமைக்கவோ, திருத்தங்கள் செய்யவோ, எனக்குப் பரிபூரண உரிமை உண்டு.

இதன்படி நான் என் முழுமன சம்மதத்துடன் நல்ல மனநிலையில் யாருடைய வற்புறுத்தலோ, தூண்டுதலோ இன்றி கீழ்க்கண்ட சாட்சிகள் அறிய எழுதி வைக்கும் உயில் சாசனம் இது.

சொத்து விபரம்

இந்த உயிலை எழுதி வைக்கும் ------------------ ஆகிய நான் கீழ்கண்ட சாட்சிகளின் முன்னிலையில் கையொப்பமிட்டேன்.

எழுதி வைப்பவர்

சாட்சிகளாகிய எங்கள் முன்னிலையில் உயில் எழுதிவைப்பவர் கையொப்பமிட்டார். நாங்களும் சாட்சிகளாக அவர் முன்னிலையில் கையொப்பமிட்டோம்.

சாட்சிகள் .

1.

2.

ஆவணத்தை தயார் செய்தவர் _________

மாதிரி உயில் (Model Will) -4

குறிப்பு: கணவன் மனைவி சேர்ந்து எழுதும் கூட்டு உயில் (Joint Will). இதில் Executor நியமிக்கப்பட்டு சொத்து அறக்கட்டளைக்கு கொடுக்கப்படுகிறது.

உயில் சாசனம்

2023 ஆம் ஆண்டு----------மாதம், -------- ஆம் தேதி -------------------------------என்ற விலாசத்தில் வசிக்கும் சுமார் ---- வயதுடைய, இந்து, --------அவர்களின் குமாரர் திரு.---------- (அடையாள அட்டை எண். ----------) (கைபேசி

எண்.-------------------) -1 மற்றும் மேற்படி விலாசத்தில் வசிக்கும் சுமார் ---- வயதுடைய, இந்து , திரு.--------அவர்களின் மனைவி திருமதி.-----------(அடையாள அட்டை எண். -----------) (கைபேசி எண்.------------------) -2 ஆகிய நாங்கள் இருவரும் சேர்ந்து நல்ல தெளிந்த மனநிலையிலும், சுய நினைவுடனும், எங்கள் முழு மன சம்-மதத்துடனும், யாருடைய தூண்டுதலோ, வற்புறுத்தலோ இன்றி எழுதி வைக்கும் கூடைசி உயில் சாசனம் என்னவென்றால்,

நாங்கள் இருவரும் கணவன் மனைவி ஆவோம். எங்களுக்கு திருமண வாழ்வின் மூலம் குழந்தை பிறக்கவில்லை. இனியும் பிறக்க வாய்ப்பில்லை என்று கருதுகிறோம். எனவே எங்களுடைய வாழ்நாளுக்-குப் பிறகு எங்களுடைய அசையும் மற்றும் அசையாச் சொத்துக்களை என்ன செய்ய வேண்டும் என்ற எங்கள் எண்ணத்தை வெளிப்படுத்த இந்த உயில் சாசனத்தை நாங்கள் இருவரும் சேர்ந்து எழுதி வைக்கி-றோம்.

இந்த உயிலின் (Executor) நிறைவேற்றாளராக எங்கள் குடும்ப நபர் திரு.--------- அவர்களை நியமிக்கிறோம். ஒருவேளை அவரால் (Executor) நிறைவேற்றாளராக செயல்பட முடியாவிட்டால் மாற்று ஏற்பாடாக எங்களுடைய மற்றொரு குடும்ப நண்பர் திரு.---------- அவர்களை நிறைவேற்றாளராக நியமிக்கிறோம்.

இதனடியில் சொத்து விபரத்தில் கண்டுள்ள வீடானது, நாங்கள் சுயமாக சம்பாதித்து ------------தேதியில் ------------சார் பதிவாளர் அலுவலகத்தில் புத்தகம்-1ல் ஆவண எண். ----ஆகப் பதிவு செய்-யப்பட்டுள்ள கிரயப் பத்திரப்படி எங்கள் இருவருக்கும் சொந்தமாகி எங்-களுடைய அனுபவத்தில் இருந்து வருகிறது.

இதனடியில் சொத்து விபரத்தில் கண்டுள்ள வீடானது எங்கள் இரு-வரின் ஆயுட்காலத்திற்கு பிறகு சென்னை,------------என்ற முகவரி-யில் இயங்கி வரும் --------------அறக்கட்டளைக்கு சேர வேண்டி-யது. மேற்படி அறக்கட்டளை தங்களுடைய விதிமுறைகளின்படி மேற்படி சொத்தை நிர்வகித்து தர்ம காரியங்களுக்கு பயன்படுத்திக் கொள்ள வேண்டியது. மேற்படி Executor முன்னின்று சொத்தினை மேற்படி அறக்கட்டளைக்கு உரிமை மாற்றம் செய்யும் பொறுப்பை நிறைவேற்ற வேண்டியது. அதற்கு ஏற்படும் நியாயமான சட்டப்படியான செலவுகளை மேற்படி அறக்கட்டளையிடம் இருந்து பெற்றுக் கொள்ள வேண்டியது.

எங்கள் இருவரின் ஆயுட்காலத்திற்கு பிறகு எங்கள் வீட்டில் உள்ள அனைத்து நகைகள் தவிர அனைத்து அசையும் பொருட்களையும் மேற்படி உயில் நிறைவேற்றாளர் எடுத்து எங்கள் வீட்டில் நீண்ட நாட்-களாக பணியாற்றும் திருமதி.---------அவர்களிடம் கொடுத்து விட வேண்டியது. மேலும் ----------வங்கியில் ------எண் கொண்ட லாக்-கரில் வைத்துள்ள தங்க நகை உள்ளிட்ட அனைத்து பொருட்களையும் ----------வங்கியில் எங்கள் இருவர் பெயரில் உள்ள Joint Account No .------ல் எங்கள் இருவர் மறைவுக்கு மீதமுள்ள தொகையையும் இந்த உயிலின் Executor எடுத்துக் கொள்ள வேண்டியது.

இந்த உயில் எங்கள் இருவரின் ஆயுட் காலத்திற்கு பிறகு நடை-முறைக்கு வர வேண்டியது. எங்கள் இருவரின் ஆயுட்காலத்தில் இந்த உயிலை ரத்து செய்யவோ, மாற்றி அமைக்கவோ, திருத்தங்கள் செய்-யவோ, எங்களுக்குப் பரிபூரண உரிமை உண்டு.

எங்களில் ஒருவர் இறந்து விட்டால் கூட தேவை ஏற்படின் இந்த உயிலில் மாற்றங்கள் செய்வதற்கு உயிருடன் இருக்கும் மற்றவருக்கு அதிகாரம் உண்டு.

இதன்படி நாங்கள் இருவரும் சேர்ந்து எங்கள் முழுமன சம்மதத்-துடன் நல்ல மனநிலையில் யாருடைய வற்புறுத்தலோ, தூண்டுதலோ இன்றி கீழ்க்கண்ட சாட்சிகள் அறிய எழுதி வைக்கும் உயில் சாசனம் இது.

சொத்து விபரம்

இந்த உயிலை எழுதி வைக்கும் ----------------- ஆகிய நாங்கள் கீழ்க்கண்ட சாட்சிகளின் முன்னிலையில் கையொப்பமிட்டோம்.

எழுதி வைப்பவர்கள்

சாட்சிகளாகிய எங்கள் முன்னிலையில் உயில் எழுதிவைப்பவர்கள் கையொப்பமிட்டார்கள். நாங்களும் சாட்சிகளாக அவர்கள் முன்னிலை-யில் கையொப்பமிட்டோம்.

சாட்சிகள் .

1.

2.

ஆவணத்தை தயார் செய்தவர் _________

உயில் இணைப்பு மாதிரி (Model Codicil)

உயில் இணைப்பு

2023 ஆம் ஆண்டு -------மாதம், ---------- ஆம் தேதி ------------------------------ என்ற விலாசத்தில் வசிக்கும் திரு.--------------அவர்களின் குமாரர் திரு. ---------- (அடையாள அட்டை எண். _______) (கைபேசி எண்._______) ஆகிய நான், நல்ல தெளிந்த மனநிலையிலும், சுய நினைவுடனும், என் முழு மன சம்மதத்-துடனும், யாருடைய தூண்டுதலோ, வற்புறுத்தலோ இன்றி எழுதி வைக்-கும் உயில் இணைப்பு என்னவென்றால்,

எனக்கு தற்போது 70 வயது ஆகிறது. வயோதிகம் காரணமாக உடல்நிலை தளர்ச்சி அடைந்து வருகிறது. அதனால் நல்ல மனநிலை-யில் இருக்கும் போதே உயில் எழுதி வைத்து விட வேண்டும் என்ற எண்ணத்திலும் என்னுடைய இறப்புக்கு பிறகு என்னுடைய சொத்துக்கள் சம்மந்தமாக என்னுடைய குடும்பத்தினரிடையே எந்தவித பிரச்சனையும் ஏற்பட கூடாது என்பதற்காகவும் நான் கடந்த ---------அன்று ஒரு உயில் சாசனம் எழுதி வைத்து மேற்படி உயிலானது ------------சார் பதிவகத்தில் -------தேதியில், புத்தகம் -3-ல் ஆவண எண். --------- ஆக பதிவு செய்யப்படுள்ளது. மேற்படி உயிலில் நான் சில மாற்றங்களை செய்ய விரும்புவதால் இந்த உயில் இணைப்பை எழுதி வைக்கிறேன்.

மேற்படி உயிலில் முதல் பக்கத்தில் மூன்றாவது பத்தியில் " என்னு-டைய ஆயுட்காலத்திற்கு பிறகு கீழ்கண்ட சொத்தை என்னுடைய மகன் திரு.------- அவர்கள் சர்வ சுதந்திரமாய் தானாதி விற்கிரயங்களுக்கு அருகதையாய் ஆண்டு அனுபவித்துக் கொள்ள வேண்டியது " என்று குறிப்பிட்டு இருந்தேன். அதை தற்போது மாற்றி " என்னுடைய ஆயுட்-காலத்திற்கு பிறகு கீழ்கண்ட சொத்தை என்னுடைய மகன் திரு.------- அவர்கள் ஆயுட்கால அனுபவ உரிமை மட்டும் பெற்று அனுபவித்துக் கொண்டு வந்து அவருக்கு பிறகு அவருடைய மகனும் என் பேரனு-

மான திரு.------------அவர்கள் கீழ்க் கண்ட சொத்தை சர்வ சுதந்திர-மாய் தானாதி விற்கிரயங்களுக்கு அருகதையாய் ஆண்டு அனுபவித்துக் கொள்ள வேண்டியது " என்று மாற்றம் செய்கிறேன். இந்த மாற்றம் தவிர மேற்படி உயிலில் வேறு எந்த ஒரு திருத்தமோ மாற்றமோ இல்லை.

இதன்படி நான் என் முழுமன சம்மதத்துடன் நல்ல மனநிலையில் யாருடைய வற்புறுத்தலோ, தூண்டுதலோ இன்றி கீழ்க்கண்ட சாட்சிகள் அறிய எழுதி வைக்கும் உயில் இணைப்பு இது.

சொத்து விபரம்

இந்த உயில் இணைப்பை எழுதி வைக்கும் ---------- ஆகிய நான் கீழ்கண்ட சாட்சிகளின் முன்னிலையில் கையொப்பமிட்டேன்.

எழுதி வைப்பவர்

சாட்சிகளாகிய எங்கள் முன்னிலையில் உயில் இணைப்பு எழுதி-வைப்பவர் கையொப்பமிட்டார். நாங்களும் சாட்சிகளாக அவர் முன்னி-லையில் கையொப்பமிட்டோம்.

சாட்சிகள் .

1.

2.

ஆவணத்தை தயார் செய்தவர் __________

❧

உயில் ரத்து மாதிரி ஆவணம் (Will Cancellation Model)

உயில் ரத்து ஆவணம்

2023 ம் வருடம், ------- மாதம், --------------நாள், _______________________ என்ற விலாசத்தில் வசிக்கும்-திரு.------------------ அவர்களின் குமாரர் சுமார் ----- வயதுள்ள திரு. ------------ (அடையாள அட்டை -----------) (கைபேசி-எண்.------------) ஆகிய நான் பிறர் தூண்டுதல் ஏதுமின்றி என்னு-டைய சுயநினைவுடன் எழுதி வைக்கும் உயில் ரத்து ஆவணம் என்ன-

வென்றால்,

இதனடியில் சொத்து விபரத்தில் கண்டுள்ள சொத்தைப் பொறுத்து நான் ---------தேதியில் ஒரு உயில் சாசனம் எழுதி வைத்து மேற்படி ஆவணம் ----------தேதியில் -----------சார் பதிவாளர் அலுவலகத்தில் புத்தகம் 3-ல் ஆவண எண் --------ஆக பதிவு செய்யப்பட்டுள்ளது . கீழ்கண்ட சொத்தைப் பொறுத்து நான் தற்போது வேறு முடிவுகள் எடுக்க இருப்பதால் மேற்படி உயில் ஆவணத்தை இதன் மூலம் நான் ரத்து செய்கிறேன். மேற்படி உயில் சாசனம் நடைமுறைக்கு வரத்தக்கதல்ல.

இதன்படி நான் என் முழுமன சம்மதத்துடன் நல்ல மனநிலையில் யாருடைய வற்புறுத்தலோ, தூண்டுதலோ இன்றி கீழ்க்கண்ட சாட்சிகள் அறிய எழுதி வைக்கும் உயில் ரத்து ஆவணம் இது.

சொத்து விபரம்

ரத்து செய்பவர்

சாட்சிகள் .

1.

2.

ஆவணத்தை தயார் செய்தவர் ________

෧

சொற்களஞ்சியம்

- Will (or) Testament - உயில் -விருப்ப ஆவணம்
- Codicil-உயில் இணைப்பு
- Testator-உயில் எழுதி வைப்பவர்
- Executor-உயில் நிறைவேற்றாளர்
- Bequest (or) Bequeath- உயில் மூலம் கொடுக்கப்படும் சொத்து (அல்லது) உயில் மூலம் சொத்து கொடுப்பது
- Legacy-உயில் சொத்துக்கள்
- Legatee (or) Beneficiary-உயில் மூலம் சொத்தை அடைபவர்
- Attesting Witness-உயிலில் கையொப்பம் இடும் சாட்சிகள்
- Probate-நீதிமன்றத்தால் அளிக்கப்படும் உயில் மெய்ப்பிதழ்
- Letters of Administration-நீதிமன்றத்தால் அளிக்கப்படும் நிர்வாகப் பத்திரம்
- Propounder of Will-உயிலை முன்மொழிபவர்- உயிலுக்கு ஆதரவாக வாதிடுபவர் அல்லது ஒரு உயில் உண்மை என்று சொல்பவர்
- Caveator-முன்னெச்சரிக்கை மனுதாரர்
- Indian Succession Act, 1925-இந்திய வாரிசுரிமை சட்டம் 1925
- Previleged Will-தனிச்சலுகை உயில்
- Unprevileged Will-தனிச்சலுகையற்ற உயில்
- Holographic Will-கைப்பட எழுதிய உயில்
- Joint Will-கூட்டு உயில்
- Mutual Will-பரஸ்பர உயில்

www.ingramcontent.com/pod-product-compliance
Lightning Source LLC
Chambersburg PA
CBHW022112150726
47990CB00003B/1340